NIKUPE ZAWADI GANI?

ZACHARIA KABAYA

NIKUPE ZAWADI GANI

UTANGULIZI

Mapezi ni hisia ukiwa na mtu mnae pendana ata akikusika ukucha wa miguu hisia upanda na kuwa juu sana maana ndiye uliye mkabidhi hisia zako. Prince licha ya kukutana na mambo mengi katika mauhusiano lakini bado hisia zake zilizidi ambatana na Angel fikira zikimtuma kuwa Angel si fungu lake lakini kumbe Angel yeye akiwa akiamini Priince ndiyo chaguo lake na ndiyo mwenye kuzibeba hisia zake.

Utamu wa mapenzi mpate mnae pendana na kuchukuliana kwa kila kitu kusikilizana na sehemu moja muhimu katika mausiano. Utamu wa mapenzi unapatikana sehemu yanye amani ya Mausiano kuwa na mwanaume au mwanamke ambaye kila unapo kuwa nae moyo wako unajaa amani na upendo juu yake.

Ndoa si kuvumiliana tu bali ndoa ni upendo unapo ishi na mwenza wako kwa amani na upendo ndoa haitakuwa sehemu ya majuto bali itakuwa sehemu ya kujivuni kwa chaguo lako lenye usahihi ndani yako na ndani yake.

YALIYOMO

SHUKRANI

Napenda kumshukuru MUNGU mwingi wa rehema na neema kwa kunishindia ushindi nilio upata kwa kumaliza kuandika kitabu hiki chenye mafunzo yenye amani na upendo bila kubagua.

Shukrani za dhati zimfikie Rachel Emias Kayaula kwa ushirikiano wake kuhakiki kitabu hiki. MUNGU ni mwema wakati wote, Ubarikiwe sana naamini ipo siku MUNGU atashusha Baraka zake kwako na utazidi kubarikiwa siku zote za maisha yako.

Napenda kutoa shukrani zangu kwa Ndugu jamaa na marafiki kwa kutoa ushirikiano wakati wote nilipo hitaji ushirikiano wao Mungu ni mwema hakika atatenda mambo mema juu yenu.

Napenda kuwashukuru rafiki zangu wa karibu sana Mlasha Makubi, Boniface Chacha Malwa, Diana Edward kwa mchango mkubwa walio changia katika kufanikisha kukamilika kwa kitabu hiki Mungu awabariki sana.

SEHEMU YA KWANZA

NIKUPE ZAWADI GANI

Maisha ya mwanadamu huanza pindi anapo zaliwa na huendelea kila hiitwapo leo. Ukuaji wa mwanadamu unategemea na malezi anayo lelewa na wazazi au walezi wake. Nikupe zawadi gani ni hadithi nzuri ya mapenzi yenye kuwaweka vijana wawili wakike na kiume katika penzi la kweli na si penzi la uongo.

Safari ya mapenzi ni safari ndefu sana iliyo mkutanisha kijana wa kiume anaeitwa Prince na binti mrembo sana aitwaye Angel. Maisha ya mapenzi yanamambo mengi sana na yenye kukatisha tamaa sana pindi muishipo katika mahusiano. Wahusika wa mapenzi ni mwanamke na mwanaume (msichana na mvulana kuingia katika hisia za kimapenzi) waingiapo katika mahusiano ya mapenzi yapo mambo mengi sana yanayo jitokeza.

Safari ya mapenzi yetu ilianzia hapa nilipo kuwa ni kijana mdogo mwenye umri wa miaka 24 niliyekuwa na mahusiano ambayo sijui yanahusiana na nini maana niliye kuwa nae hakuwa karibu na mimi kama mpenzi wake, nilikuwa nikijaribu kila wakati kumfanya awe karibu na mimi lakini haikuwezekana kutokana na sababu zake. Nilikuwa mvumilivu kwa muda mrefu sana maana nilikuwa nikihitaji mahusiano ambayo yatanifanya kuwa na amani na furaha lakini sikuyapata kwa wakati.

Maisha mapya yeye amani yalianza kupatikana 3-6-2017 baada ya kukutana na msichana mzuri sana mwenye sifa za kuitwa mke. Msichna huyo nilitokea kumpenda kwa dhati maana sikuhitaji kuufanya mwili wangu kama sehemu ya kila binti kupitia nilijiheshimu kwa hekima nikimsubiri mke mwema nitakaye kuja kufunga nae ndoa huku nikimuomba MUNGU sana anipatie wa kufanana nae.

Nilipo kuwa katika mihangaiko yangu ya kimaisha ndipo nilipo kutana na binti anaye itwa Angel akiwa anatokea kanisani akiwa na dada yake moyo wangu ulinishituka na macho yangu yalibaki katika mshangao maana sikuwai kufikili kukutana na binti mzuri kama Angel. Safari yangu ilikufa nikaghahiri na kuanza kuwa fuata taratibu walipo kuwa wakielekea mpaka nyumbani kwao, niliishia kumtazama kwa mbali bila hata kumsemesha. Nilijitahidi kufanya kila jitihada za kuonana nae mpaka nilipo pata nafasi ya konana nae na kila nilipo kutana nae hata akiwa mbele za watu sikusita kumsifia kwa uzuri wake.

Haikuwa kazi rahisi kwake kupokea sifa nilizo kuwa nikimpa bali nilimfanya ajenge chuki juu yangu.

Lakini sikujali Hilo nilizidi kumfuata na kumuita kila nilipo mtazama moyo wangu ulijawa na amani bila kuwa na mashaka nae alipo nipa nafasi ya kunisikiliza. Hakika nilikosa neno la kumwambia na kubaki nikijiuma uma tu, aligundua hilo kisha akaondoka lakini bado sikuishia hapo nilisubiri alipo kuwa akirudi nyumbani kutoka sokoni nilimsimamisha tena nikiwa natetemeka lakini bado niliishia kumsifia kwa uzuri alio kuwa nao Angel.

Jitihada zangu zikazidi kupambana na ndipo nilifungua duka la huduma za pesa mtaani kwao nikiwa sijaweka kitu chochote zaidi ya kiti kimoja tu katika flemu hiyo. Angel kila alipo pita mbele ya macho yangu alizidi kuwa mpya maana moyo wangu ulimridhia kabla yeye ajakubali kuwa na mimi. Siku niliyo mwambia ukweli nilikuwa natetemeka kwa hofu na upendo maana sikuwa na ujanja bali niliona nafasi niliyo ipata nisiipoteze na ukweli wa hisia zangu alitambua kwa siku hiyo.

Nilizidi mshawishi kwa maneno matamu yasiyo isha hamu kila wakati nilipo mtazama machoni mwangu. Angel alinivutia sana kwani kipindi nakutana nae sikuwa na mawazo na mahusiano maana mahusino niliyo kuwa nayo sikujua yanahusiana na nini. Lakini Angel alinifanya niwaze na kufikiri ni njia gani nitumie kumpata.

Siku moyo wake ulipo upokea wangu maisha yangu yalibadilika maana alinitua mzigo nilio kuwa nimebeba na kunipumzisha. Sikutaka mficha kwa lolote katika mahusiano yetu toka siku niliyo ingia katika maisha yake, ilikuwa ni 05-07- 2017 na ndio siku rasmi mapenzi yetu yalipo anza.

SEHEMU YA PILI

Maisha yenye upendo ndipo yalipo anza na kujua nini thamani ya mapenzi furaha ya mapenzi ndipo nilipo ijua na kuonja radha na raha ya mapenzi. Kwa mapenzi yake alinifanya nijitambue kwa mambo mengi niliyokuwa nikishi bila kuyatambua mapenzi yake ni kama asali hata sijui nimpe zawadi gani ya shukrani maana kila nikifikiria nakosa jibu nabaki kusema nikupe zawadi gani.

Ufunguo wa mapenzi yangu Prince ulikuwa mikononi mwa binti mrembo Angel. Upendo na uvumilivu wake Angel ndio ulinzi tosha wa kulinda mapenzi yetu. Tabia za Angel zilikuwa tofauti sana na mabinti wengine walio kuwa karibu na mimi hata kwa rafiki wa Angel.

Basi mimi prince na Angel tulianza kuandika ukurasa wa mapenzi yetu. Ilikuwa siku ya juma tano ya wiki ya pili ya mwezi wa saba mwaka 2017 nilitoka na mpenzi wangu nimpendae kwa dhati na kuelekea ufukweni mwa bahari ya hindi sehemu maarufu kama Coco beach tulifika ufukweni na mpenzi wangu na kuanza kufurahia mapenzi yetu kwa furaha mara walitokea polisi wa ulinzi wa fukwe hiyo na kudai kumpiga mpenzi wako busu au kumkumbatia maeneo yale ni makosa kisheria. Ikiwa ufukweni ni sehemu za furaha na nisehemu ya kuchangamsha akili au kutuliza mawazo. Polisi walitusumbua na kuhitaji kuharibu siku yetu lakini haikuwezekana maana sikuhitaji mpenzi wangu ajutie safari yetu ya kwenda katika fukwe hiyo. Sio jambo la siri ilinibidi niwape polisi hao kiasi cha pesa ili tu mapenzi yangu yawe katika amani na tuendelee na starehe zetu. Baada ya kuwapa polisi wa ulinzi wa fukwe hiyo kiasi kidogo cha pesa shilingi elfu thelathini (30,000) walituacha huru na sisi tukaendelea na mambo yetu na siku hiyo tukaiweka kama kumbukumbu ya safari yetu ya kwanza kwenda ufukweni kwa pamoja tukiwa katika mahusiano. Basi baada ya hapo mapenzi yalikuwa moto moto yenye furaha na upendo yaliyo wafanya hadi baadhi ya watu kuona wivu na kusema maneno mengi ya kero na yanayo weza kuvunja mapenzi yetu lakini hawakuweza kutimiza kile walicho tarajia.

Furaha ya mapenzi yetu ilizidi kudumu katika wakati wote hata pasipo na furaha sisi tulikuwa na furaha, nilimchukua mpenzi wangu na kwenda nae kumtambulisha kwa baba yangu mdogo na mama mdogo nilio kuwa nikiishi nao na kumpeleka kwa marafiki zangu kumtambulisha tukiwa na furaha na upendo. John ni rafiki yangu ambae alikuwa wa kwanza mimi kwenda kumtambulisha mpenzi wangu kwake na kenedy akafuhatia kutambulisha maana yeye alikuwa akisoma nje ya jiji la Dar es salaam. Siku hishia hapo tu kwa kadri tulivyo kuwa tukiishi katika mahusiano yetu ilinichukua nafasi na kumtambulisha kwa mama yangu kama Rafiki na mke mtarajiwa wangu wa baadaye nilifurahi sana maana mama yangu alimpokea kwa furaha na mapenzi yakazidi shamiri.

Kuna wakati ambao nilikuwa sielewi ni kwa nini mambo yanayo endelea yanatokea mtaani kwa wenye umri kama sisi kujadili mahusiano yetu maana penzi letu lilikuwa ni mfano wa kuigwa na vijana wengine. Angel mahali popote alipo kwenda na mimi nilipo kwenda hatukusita kutambulishana na penzi letu kuliweka wazi. Kuna siku nilipo kuwa ofisini kwangu alikuja dada mmoja jina lake Matha alikuja kwa ajili ya huduma zilizo kuwa zinapatikana dukani hapo nilikuwa mimi na mpenzi wangu Angel dada Yule alivutiwa sana na maisha ya mapenzi yetu kwa wakati mfupi sana na kusema mwonekano wenu unaonesha mnapendana sana. Angel alimjibu na kumwambia ndio nampenda sana prince wa maisha yangu kwani yeye ni mwanaume pekee anaye nipa furaha ya maishani yangu.

Dada yule ali onesha tabasamu usoni mwake kisha akaondoka baada ya kupata huduma yake. Angel aliniuliza prince unafahamiana na huyu dada aliye toka hapa nikamjibu hapana kipenzi changu kisha tukaendelea na maongezi yenye furaha na upendo hakika sikuwahi kupata mapenzi yenye kunipa amani na upendo kama nilivyo pata kwa Angel. Safari ya mapenzi ilizidi kusonga mbele nikiwa naishi na Angel kama mapacha mahana nilipo kuwa nikienda akusita kunisindikiza hata bank katika kuweka au kutoa pesa. Matha hakuishia hapo bali alirudi tena siku iliyo fuata na kuniuliza jina langu nilimjibu kwa furaha nikijua ni mteja wangu bali nilimwambia mimi naitwa prince vipi wewe dada yangu unaitwa nani kisha akanijibu kuwa anaitwa matha, kisha matha aliniambia leo sijaja hapa ofisini kwako kikazi, Je tunaweza kuongea huku akitupa macho huku na kule kabla sijaelewa matha aliniuliza prince mpenzi wako akinikuta hapa hato chukia nikamweleza hapana hapa ni ofisini hivyo hawezi kuchukia hapa wanakuja watu wa aina tofauti tofauti kuwa huru dada yangu. Matha aliniomba namba ya simu kabla ya chochote alichukua namba yangu ya simu kabla hajaongea kile kilicho mleta kisha akaniambia prince napenda sana unavyo mpenda mpenzi wako nafikiria sana igekuwa mimi ningekuwa na furaha kiasi gani ila ndio hivyo mimi sina bahati lakini mpenzi wako amepata bahati sana kukupata mkaka mwenye msimamo na mapenzi yako, mimi nilicho ishia nikusema asante muombe MUNGU nawe atakupa mtu sahihi.

Moyoni mwangu niliingiwa na maswali nikiwa sina majibu yake basi kuondoa maswali nilimwambia matha vipi kwani wewe mpenzi wako hakupendi? matha alinieleza yakuwa vijana wengi wa sasa wanakuja kwa mapenzi ya kweli lakini wakipata wanacho kitaka tu wanatuona takataka na dharau, kejeri, majigambo, ugomvi, matusi haviishi katka mahusiano yani sina raha na mapenzi yangu ningekuwa na mpenzi kama wewe hakika ningejivunia sana. Nilimpa pole kisha nikamueleza matha kuwa mvumilivu maana migogoro ni sehemu ya mahusiano mshirikishe MUNGU katika mahusiano yako migogoro hiyo haito kuwepo kabla sijaendelea matha akanita prince naomba nikuombe kitu. Nikamwambia niombe matha wala usijali akanieleza kuwa nimekufuatilia na kugundua huwa unafanya mazoezi asubuhi nakuomba tuwe pamoja nilimkubalia na kuanza nae mazoezi kesho yake alfajili na mapema ila siku ile ni siku ambayo nilikuwa na wakati mgumu sana matha hakuwa kimazoezi kabisa bali alikuwa anajizungusha kusema jambo lakini hakuweza kutamka. Siku hiyo Angel alinipigia simu yangu alfajili hiyo na kuniuliza prince upo wapi? Nilishangaa sana maana aikuwa kawaida ya Angel kuniuliza swali hilo asubuhi wakati anajua nakuwa mazoezini maana kabla ya kuanza mazoezi ilikuwa na tabia ya kumjulia hali kisha naenda mazoezini.

Angel alipiga simu mara kwa mara siku ile na kuonekana kama mtu asiyekuwa na amani na mazingira niliyo kuwepo sikutaka kumweleza lolote lakini kutokana na jinsi alivyo kuwa akinitafuta na kuniomba niache mazoezi kwa siku hiyo na nirudi nyumbani kwani moyo wake hauna amani. Mapenzi yana nguvu sana sio siri nilimsikiliza mpenzi wangu na kumueleza matha kuwa mpenzi wangu kaniomba nirudi nyumbani hivyo sina budi inanibidi kurudi nyumbani sasa hivi nilipo kuwa nageuka kuanza kuondoka katika kiwanja cha mazoezi matha alinifuata na kunikumbatia mgongoni kwa hisia kisha akasema prince nakupenda sana nimeshindwa jizuia kuficha hisia zangu kwako naomba nafasi niwe wako uwe wangu. Ombi hilo halikuwa na nafasi kwangu nilimjibu na kumwambia hapana kuwa na mimi sio suluhisho la kutatua tatizo ulilo nalo bali nenda kakae na mwenzako na myamalize mimi siwezi kwani nampenda sana Angel. Kisha nikamtoa mikono yake kifuani mwangu na kuondoka mahali hapo. Matha alishindwa nini afanye na nini anijibu, Matha aliendelea kunisumbua bila hata ya kukata tamaa. Mapenzi yalinisukuma na kumweleza Angel ukweli kisha Angel akanieleza yakuwa niachie mimi taongea nae kwa utaratibu yataisha mpenzi wangu tena kwa amani.

Upofu wa mapenzi nilio kuwa nao ulinifanya nimtazame Angel kama mwanamke wa maisha yangu ikiwa hata bado wazazi wake hawajanitambua. Hatuku sita kuelezana ukweli wa hisia zetu kila wakati na kila mmoja alimwona mwenzake kama mpya. Radha na utamu wa mapenzi ulishamiri machoni na mioyoni mwetu wakati wote. Mahusiano yetu jinsi tulivyo kuwa tukishi kila wakati ilikuwa ni kazi ngumu sana kukaa bila mawasiliano, hata tulipo kwazana hatukuwa wazito wa kuombana msamaha hatukuruhusu jua lizame tukiwa na vinyongo mioyoni mwetu.

Maneno ya watu wanao tuzunguka yenye kutaka kuzuia penzi letu lisiendelee kusonga mbele hayakuishia hapo walizidi kusema kila wakati maneno yenye uchoganishi na kukatisha tamaa lakina bado jitihada zao ziligoga mwamba kwani msingi wa penzi letu tulijenga wawili hatuwezi ruhusu mtu kulibomoa. Penzi linanipa elimu na mafunzo kutokana na muonekano wetu mimi prince na Angel. Siku moja katika mizunguko yangu nilikutana na kijana wa makamu jina lake Saimoni. Saimoni anaishi na mke na watoto watatu, nilikuwa namwona kama kaka yangu saimoni aliniuliza prince unampenda Angel nikamjibu ndio tena sana kaka. Aliniambia mdogo wangu usipo kuwa makini utampoteza mwanamke unae mpenda kwa ajili ya mapenzi ya muda mfupi sikuweza kumwelewa kwa haraka kaka saimoni alikuwa akiongea kwa mafumbo sana. Saimoni aliniambia kuna dada mmoja anaitwa Aneth anafanya kazi na mke wangu anakupenda sana na hivi anatafuta njia ya kuharibu mahusiano yako ili akupate kwa urahisi nilimwambia kaka mimi uyo aneth hata simjui hilo haliwezi kutokea kaka. Alicheka kisha akaniambia mimi niliwahi iweka ndoa yangu matatani kwaajili ya wanaweke wa muda mfupi tu wa mitaani, niliwahi kukutana na msichana mmoja kimwili jina lake Conso bila kinga nilijikuta na beba magonjwa ya ajabu sana maana siku tatu baada ya kukutana na msichana huyo nilitokwa na kipele sehemu za siri. kipele kile kilizidi kukua kikizunguka uume wangu sehemu za mbele lakini nilificha nikijua ndiyo njia sahihi ya kulinda ndoa yangu. Lakini bado haikusaidia kutokana maumivu niliyo kuwa nikiyahisi ilinibidi kuwa mkorofi kila niingiapo nyumbani kwangu ili tu mke wangu asiwe na hamu ya kukutana na mimi kimwili. Mateso hayo yaliendelea zaidi na kutunga usaa sehemu za siri maumivu yalizidi mara kumi zaidi, ilifika hatua kuficha tena haiwezekani ilinilazimu kufika hospitali kwa ajili ya matibabu lakini kilichi nikuta ndicho sito sahau katika maisha yangu kuhusu kuto tulia katika ndoa au mahusiano.

Baada ya kufika hospitali na daktari kunitazama ugonjwa wangu aliniambia ni Bakteria wa UTI wanao nishambulia na tatizo hilo hutokana na mwanamke hivyo kuna mwanamke nimelala nae ndio aliye nipa ugonjwa huo na matibabu yake ni lazima kutailiwa kwa mara ya pili. Mwanzo nilitailiwa kimila sasa ile nyama inayo jikunja ndiyo bacteria wanaishambulia zaidi sikuwa na jinsi ilinibidi kukubali matibabu hayo swali lilikuja je namwambia nini mke wangu? Ni aibu kiasi gani kwa umri wangu kutailiwa nikiuguza kidonda mbele ya watoto wangu. Nilijiona kama si baba bora maana sina utetezi wowote zaidi ya kuonekana msaliti ndani ya ndoa yangu, moyo wangu ulikuwa ukilia kwa uchungu wakati wote maumivu ya kidonda yalikuwa madogo ila maumivu ya ndoa yalikuwa ni zaidi. Mdogo wangu kutailiwa kwangu kwa mara ya pili nikiwa mtu mzima yalikuwa na mateso sana maana nilitailiwa bila ganzi ya aina yeyote nilipata mateso sana usifanye makosa wala usimsubiri majuto mjukuu penda kwa msimao na uhakika. Saimon kwa fundisho hilo alilo nipa bado nilibaki katika fumbo ambalo sikuwa na majibu kamili. Jibu langu mimi lilikuwa moja tu kuwa mimi nampenda Angel na nitazidi mpenda kwa kadri ya mapenzi yangu niliyo jariwa na mwenyezi MUNGU na nitampenda zaidi.

Wapo marafiki walio niona kama mjinga na wengine kuniona nina matatizo baada ya kuonesha ishara za kumkataa binti yule mrembo matha. Kiukweli matha alikuwa ni mwanamke mrembo sana na mwenye kujituma kwa shughuri mbalimbali za kiuchumi lakini mimi sikuwa hata na mawazo ya kuwa naye kimahusiano japo alikuwa tayari kuwa mpenzi wa siri lakini nilikaa na kujiuliza mbona Angel anioneshei mambo mabaya wala tabia chafu kwanini mimi nimfanyie kitu ambacho mimi sipendi kufanyiwa. Nilikaa kimya bila kumwambia chochote kile Angel ata alipo niuliza kuhusu matha lakini bado sikuwa na fikra za kumsaliti. Wivu wa kimapenzi kwa penzi lenye furaha niliona kama kawaida sana maana hisia zangu zilikuwa zimependa kweli na kuamini napendwa kweli. Nilishindwa kuridhia ombi la matha japo alikuwa akiniahidi nikimkubali atanipa kila nacho hitaji na kwa wakati.

Penzi la kweli ni sehemu ya uaminifu wa kweli unaohitajika kuridhishana na yule uliyenae katika mahusiano yako au yenu. Wakati wote mimi nilikuwa nikisubiria kuambiwa na Angel kwamba prince unanioa lini maana upendo nilio nao kwa binti mrembo mwenye kuteka hisia za moyo wangu Angel ziliniweka kuwa tayari kuishi nae wakati wowote.

Watu wengi walio jua kuhusu uhusiano wetu walitabiri kuwa ni mapenzi ya muda mfupi tu kisha yatapotea kama tonye la maji jangwani. Maneno yale yalikuwa yakienea mitaani hadi kwa marafiki wa karibu nao walikuwa wakitamka maneno hayo lakini ikawa tofauti na maneno yao maana walifanya tuzidi kupendana zaidi

SEHEMU YA NNE

Tuliendelea kuishi tukipendana kwa mapenzi ya kweli wakati wote na kila mmoja kuwa huru na simu ya mwenzake wakati wote na ilikuwa kawaida yetu. Basi mambo yaliendelea kuwa vizuri na mapenzi yakawa yakidumu kati yetu. Waswahili wanasema mapenzi ni mfano wa jua lichomozapo wakati wa asubuhi kila mtu hulisifia lakini ifikapo mchana sifa hubadirika na jua linatamkwa kwa lugha nyingine maana linakuwa na miale mikali sana watu kulichukia kwa ukali huo lakini pia ifikapo jioni faraja hurejea tena kwa sifa kedekede zenye kupendeza ni sawa na mapenzi huwa matamu sana wakati wa mwanzo lakini mfikapo katikati hukutana na mambo mengi sana yenye kukatisha tamaa sana. Mmoja asipo kuwa mvumilivu kwa mwenzake basi penzi hilo kuvujika. Hapa ndipo mahusiano ya vijana wengi kuishia kutokana na kuto kuwa na moyo wa upendo kwa mpenzi wake.

Mahusiano yetu yalianza kuingia dosari na kusaau utamu wote wa mapenzi shetani alipo ingilia kati kwa nguvu na kasi ya ajabu sana, Angel aliniazima kiwango cha pesa shilingi laki tatu na nusu (350,000/=) ili kinisaidie kuendeleza biashara zangu kiasi kile nilikichukua na kuweka kama mtaji kwa laini za uwakala zenye kutoa huduma za kifedha. Kutokana na upepo wa kibiashara mambo yalibadirika sana hadi kufikia kufanya muamala mmoja kwa siku na katika bidhaa nyingine kuingiza shilingi elfu moja kwa siku pesa ambayo haiwezi kukidhi hata maitaji yangu binafsi.

Kutokana ugumu wa biashara nilijikuta nashindwa mpatia Angel pesa yake. Kutokana na mapenzi tulio kuwa nayo Angel hakuweza nigombeza bali aliniambia prince jitahidi unipe hiyo pesa kwani ninashida nayo sana. Wakati huo Angel alikuwa akinihimiza kuhusu kutoka kwa baba yangu mdogo na kwenda kujitegemea. Nilichanaga visenti kidogo ili nimlipe Angel pesa yake walau kidogo kiasi cha laki moja na amthini (150,000/=) nilipo mpatia aliniuliza swali prince pesa hii unanilipa? vipi kuhusu kujitegemea nikamweleza kuwa kwa sasa hali yangu si nzuri kiuchumi hivyo nitaanza kujitegemea labda kuanzia mwakani. Angel kwa mapenzi yake aliniambia hii pesa ndio hutumie kupanga chumba mimi utanitafutia kwa wakati mwingine nilitoka na Angel na kuzunguka huku na kule tukitafuta chumba, tulifanikiwa kupata chumba ambacho kwetu sisi ilikuwa ni siri maana baba yangu mdogo hakujua bali nilijua mimi na Angel tu.

Hali yangu ya kiuchumi ilikuwa ikidhohofika siku hadi siku bila kujua tatizo nini, Lakini licha ya kuwa na hali ngumu kiuchumi Angel bado alinipenda bila hata kuonesha dharau mbele yangu hali ile ilizidi kuwa mbaya zaidi niliamisha ofisi kutoka mbezi luisi na kuipeleka kimara lakini bado tatizo likawa palepale nikifikili nadaiwa kodi ya ofisi, kodi ya nyumba, madeni mitaani, deni la mpenzi wangu yani nilikuwa na wakati mgumu sana lakini Angel bado hakutoka kando yangu na akuacha kunishika mkono japo sina kitu na yeye ananidai pesa yake. Nilipungua mwili kwa kiasi kikubwa sana kwa kuumiza akili nini nifanye nirudi katika maisha ya kawaida nilijipa moyo bila kukata tamaa huku Angel akiwa mshauri wangu mkubwa anae nishauri nini nifanye.

Huduma kuzitimiza kwa mpenzi wangu pia ikawa tatizo hapo ndipo nilipo jua nini maana ya mapenzi, kila neno nililo mwambia Angel kwake lilikuwa halina maana kabisa kisa sina pesa wakati huo ulikuwa mgumu sana maana akili yangu iliingiwa na mawazo ya mapenzi uku nikisongwa na mzigo wa biashara kushuka na mtaji kupungua sana. Ndipo nilipo anza kuamini kwamba mapenzi si pesa ila ikikosekana yanapungua wakati wote Angel alikuwa akihitaji matunzo na mimi sikuwa na kitu mfukoni niliishia mueleza ukweli wa moyo wangu kuwa sina pesa mpenzi wangu naomba univumilie. Aliniitikia lakini moyoni mwangu niliingiwa na mashaka maana nilianza kuona utofauti hata katika mawasiliano yetu. Ilifika wakati Angel alinitamkia kwamba ''naona umeshindwa kunihudumia sasa mimi nakutafutia wakukusaidia huduma'' niliumia sana moyoni mwangu maana nilikuwa nimemkabidhi Angel kila kitu na nilivyo hitaji kujitetea bado haikuwa na maana.

Mimi nilionekana mwenye makosa kila wakati hata pasipo na kosa mimi naonekana ndio mwenye makosa. Ukweli amani ya mapenzi ilitoweka kabisa nikabaki naugulia ndani kwa ndani maana thamani yangu ilikuwa ikipotea kila kukicha. Machozi yangu yasiyo na thamani yalikuwa kama kisigino kwenye ndala iliyo toboka. Nilijipa nguvu na kuendelea kujisogeza karibu japo sikuhitajika kwa wakati ule. Nakumbuka kuna siku Angel aliniomba kiasi cha shilingi elfu ishirini (20,000/=) lakini sikuwa na pesa wala sehemu ya kupata pesa hiyo kwa haraka nilishindwa mpatia ile pesa aliyo hitaji. Madeni anayo nidai ndipo yaliibuka na kuanza kudaiwa ikiwa sina hata shilingi kumi mfukoni Angel hakutaka kunielewa maamuzi aliyo chukua ni kuto kunijibu ujumbe mfupi wa meseji na kuto pokea simu yangu. Mambo yalizidi kwenda hivyohivyo kwa muda wa wiki nilichukua uamuzi wa kwenda mahai anapo ishi na kumuulizia nilimkuta lakini nilicho kutana nacho siku ile ilikuwa ni siku yenye maumivu nisiyo yasahau. Angel alinipiga marufuku kwenda mahali anapo ishi kwa kauli za ukali ambazo hajawahi nitamkia sikuzote nilizo kuwa nae katika mawasiliano.

Kisha akaniambia hanitaki tena kaamua kuwa peke yake maana mimi si chochote kwake. Nilijikuta mwili wangu umeingiliwa ganzi ya maumivu makali sana niliyo shindwa hata kuongea nikibaki namtazama tu na kujiuliza hivi huyu ndiye kipenzi changu anayeshindwa hata kuwa na moyo wa upendo kwangu. Nilimtazama machoni na kutazama anavyo ongea kwa ujasiri nilicho ishia kwa wakati huo ni kusema asante kisha akaniambia ondoka mimi nipo napika sina muda na wewe tena na tusijuane kila mtu afuate maisha yake. Niliondoka nikiwa sijui naenda wapi maana sikua na ufahamu zaidi maumivu makali moyoni mwangu nilituliza moyo wangu kwa kujifariji lakini ilikuwa ni kama nachochea maumivu moyoni mwangu sikuwai kutoa machozi kwa ajiri ya mapenzi lakini siku ile machozi yalinitoka nikiwa njiani. Daladala niliyo panda nilikaa na dada mmoja nisiye mfahamu jina lake dada yule baada ya kuniona nipo katika hali ya kuto jielewa aliniuliza kaka vipi unaumwa nikamjibu hapana akaniuliza mbona uso wako umepoteza nuru nini tatizo nilimtazama kisha nikacheka na kukaa kimya maana niliona wote ni walewale wala aina maana ya kuongea nae lolote. Yule dada akuchoka alizidi niuliza jibu nililo mjibu ni sipo vizuri kiafya na hii hali huwa inanitokea mara kwa mara lakini hata hakujali akaniuliza tena swali unaenda wapi saizi ukiwa katika hali hiyo? nikamjibu naenda nyumbani kwangu akaniuliza unaishi wapi nikamjibu Gongo la mboto akacheka sana na kunieleza mbona umepanda gari za tegeta nilibaki nashangaa maana nilikuwa eneo la lugalo halafu sina hata akiba ya kutosha mfukoni kwangu nilishuka kituo cha lugalo hapo hapo na yule dada akashuka kisha akaniambia samahani unaonekana haupo vizuri kiafya na akili naomba nikupeleke mimi mpaka kwako kwa kuwa sikuwa na jinsi nilikubali kisha tukapanda gari ya mawasiliano baada ya kufika mawasiliano tulipanda gari ya Gongo la mboto na kushuka kituo cha majumba sita na kupanda gari nyingine mpaka darajani tulipo fika nyumbani dada yule alihitaji kurudi kwao nikitazama muda ni saa tatu za usiku nilimwambia usiku umeeenda sana kwanini na mimi nisikusaidie hifadhi hapa kesho utaondoka kwani usiku si mzuri hasa kwa wewe mtoto wa kike dada yule alinielewa kwa ugumu sana. Alipika chakula tukala kisha mimi nili lala chini na yeye kitandani. Sikuweza fanya chochote maana nilikuwa na wasiwasi mkubwa na kujiuliza huyu dada analala leo kwangu je Angel akimkuta nitamjibu nini ikiwa nampenda sana japo hanitaki tena.

Usiku ule nilikuwa nikijisemesha mwenyewe na kujilaumu sana kwa wakati nao pitia kazi haziendi Angel hanitaki tena na sijui nini nifanye nilikuwa tayari kupoteza kila kitu ila si kumpoteza Angel. Machozi yakinitoka huku nikisema mimi nawaza kumpenda zaidi kumbe yeye anawaza kuachana na mimi, mimi nawaza kumlinda ila yeye anawaza kunipoteza, mimi nawaza kuungana nae kumbe yeye anawaza kutengana na mimi. Nakujutia kupenda kwa kiwango kile nilicho kuwa nikimpenda lakini bado moyo wangu haukuwa jeuri nilimtafuta kwa mara nyingine tena na kugundua kaifunga namba yangu nisimpate. Nilihisi kumwona majuto anaye semekana ni mjukuu machoni pangu bila taswila halisi. Kumbe wakati nikijiongelesha kwa sauti ya chini yule dada alikuwa akinisikia nikasikia sauti ikisema pole sana kaka mawazo na ufahamu wangu ulijua Angel kanifuata nilisimama na kufungua mlango nikasikia tena sauti inaniuliza unaenda wapi mimi ndiye niliye kupa pole japo hukutaka nieleza ukweli ila sasa nimeujua. Nimeona upendo ulio nao kwa Angel. Kama wewe unampenda kiasi hicho na leo amekutamkia hakutaki tena amekuchoka na hana hisia na wewe bado nafasi unayo kitu cha muhimu usikate tamaa tu kisha akalala. Mimi mwenye kupata ugonjwa wa mapenzi nikabaki macho hadi kuna kucha.

Kitu kilicho kuwa kina niumiza zaidi ni yale maneno aliyo kuwa Angel akinitamkia kishujaa sana. Maumivu yale yalinifanya nisichoke kumtafuta kwa kila hali siku hadi siku lakini siku niliyo sema basi inatosha ni wiki mbili sasa apokei simu yangu wala ajibu ujumbe wangu nilikata tamaa ya mapenzi na kusema sihitaji mapenzi tena. Siku hiyo hiyo Angel alinitafuta yeye na kuomba kuonana nae kesho yake ilikuwa siku ya jumamosi katika fukwe za kigamboni (south beach) nilikubali nikiwa sina hata raha moyoni na usoni mwangu kwani hata nilipo jitazama niliona yakuwa nimepoteza nuru usoni pangu. Siku iliyo fuata nilienda mahali tulipo kubaliana kwa wakati nikiwa sina imani lakini baada ya kuonana kila mmoja hakuwa na furaha na mwenzake tuliongea kwa muda mrefu ila kila nilipo gusia mapenzi yetu hakutaka nisikiliza na kusema tulikuwaga na si sasa sikuwa tena na hamu ya kusikia neno lolote kutoka kwake maana alinionesha hana muda na mimi katika mapenzi. Maneno aliyo kuwa akiniambia yalikuwa yakiniumiza sana japo kwake ilikuwa kawaida sana. Eti nilipo kuwa na wewe kuna kijana alikuwa akinisumbua sana akinitaka kimapenzi lakini sikumkubali ila nilipo kosa huduma kwako nilimkubari ili nipate huduma nazo hitaji lakini naona si mwaminifu nimemkataa mapema ili asinisumbue uko mbele, na kuna mwanajeshi mmoja nilikutana nae mtandaoni kanitongoza sijamkubali ananisumbua sana juzi alinita katika fukwe za mbezi nilienda kuonana nae tukaongea kwa muda mrefu ila nae nikagundua si mwaminifu kama wewe hivyo nimetambua yakuwa wewe ni mwaminifu sana kwangu na unayo mapenzi ya dhati kwangu.

Angel wakati anaongea maongezi hayo alifikiri nilikuwa katika hali ya kawaida lakini nilikuwa nikijiuliza maswali mengi sana Kuhusu yeye maana kwa wakati huo nilitambua yakuwa unaweza kutulia mwanaume lakini mwanamke asitulie au mwanamke anaweza kutulia lakini mwanaume asitulie, niliishia tu kuitika bila kuchangia chochote kile. Mahusiano yangu niliyaona jinsi yanavyo potea nikiwa na uchungu moyoni mwangu kwa uso ulio jawa na huruma. Tulipo anza kutoka katika fukwe hiyo tuliyo kuwepo ya south beach iliyopo kigamboni Angel aliniuliza vipi mwenzangu toka tumeachana ulie mpata yupo kama mimi au zaidi nikamjibu nikiwa na hasira na kusema sina mpenzi zaidi yako wewe alicheka kisha akaniambia mbona wewe ni kijana mzuri na upo katika ofisi yako unashindwaje kupata mpenzi? Nikamjibu kweli wapo wengi ila si kama wewe. Mimi ninakupenda na nitazidi kukupenda daima kama tulivyo kubaliana. Wewe umeachana na mimi ila mimi bado sijaachana na wewe. Angel alicheka tena kisha akanikumbatia na kusema nakupenda sana prince nashindwa kuwa mbali na wewe! nilihisi masikio yangu kama yameingiwa na tatizo la kuto sikia vizuri akarudia tena yale maneno kwa hisia huku kanikumbatia kwa mahaba ya hali juu sana na kusema tena yale maneno prince nakupenda sana nashindwa kuwa mbali na wewe! Nashindwa hata kuwa na mtu mwingine naomba unisamehe kwani nakupenda sana.

Kwa jinsi navyo mpenda Angel na kuhitaji kuwa naye wakati wote nilifurahi sana na kujiona mwenye nguvu. Toka hapo licha ya migogoro kuwa ikitokea tumekuwa watu wa kuchukuliana Madhaifu yetu na kusameheana na maisha ya mahusiano yakiendelea kama kawaida. Mapenzi ni matamu hasa pale mkutane watu mnao pendana.

Safari ya mapenzi ilizidi kuendelea kwa furaha sana na kusahau yote yaliyo pita. Ilifika wakati nikasaau kuwa kuna neno kutedwa au kuachwa mapenzi yalifunika zaidi ufahamu wa akili yangu hata nisione mwingine wala kutamani mwingine. Moyo wa kike ule wanao sema ukipenda unapenda kweli uliniingia hata kufikia wakati nikapoteza marafiki zangu nilio kuwa nikisaidiana kimaisha kwa sababu nilihofia kumpoteza Angel. Upofu wa mapenzi ulizidi kunitawala na mapenzi yakazidi kubadilika kila kukicha na kuanza kurudia mambo yale yale. Angel ni mwanamke ambaye alikuwa tayari kuwa na mimi na kunipenda kwa dhati. Kwa mapenzi yale yalinifanya kuwa na upofu hata nisione wala kutambua lolote. Angel alikuwa zaidi ya mpenzi na nilimpenda zaidi ya mapenzi niliona yeye ndio kila kitu kwangu hata pasipo na msaada wake juu ya jambo nililo fanya lenye maendeleo nilisema Angel mpenzi wangu ndiye msaada wangu wa kwanza na hakuna siku niliyo keti na marafiki zangu nikamsema Angel kwa sifa mbaya maana nilihisi Angel ndiye mke wangu wa maisha.

Nilivyo pendwa nilisahau kuwa kuna kutendwa yu wapi mkandarasi wa moyo maana mapenzi na hisia zangu zinateketea. Kilicho niponza ni mapenzi ya kweli yenye kuonesha kuwa kweli na mpenda na kumpa ukweli wa maisha yangu nilikuwa nikitamani kila wakati nimweleze Angel ukweli wa maisha yangu bila kumfisha hata nilicho waficha wazazi walio nizaa Angel alijua. Nilikuwa tayari hata kuwa kana wazazi wangu na kuambatana na Angel. Maneno matamu na majina mazuri ya mahaba yalizidi nichanganya siku zote nilizo kuwa na binti huyo mzuri mwenye kuvutia macho ya kila mwanaume.

Mambo yalibadirika tena na mimi kuwa nakosa la kusema. Nakumbuka ilikuwa ni siku ambayo mpenzi wangu kipenzi Angel alikuja kunitembelea nyumbani kwangu nilimweleza mpenzi wangu kuwa umeme umeisha ofisini na nizamu yangu kununua umeme mpenzi wangu kwa mapenzi yake alinipa shilingi elfu kumi na tano (15,000) nilipe umeme nilipokea ile pesa na kuongeza na elfu tano niliyo kuwa nayo na kutimia shilingi elfu ishilini (20,000) na kuelekea kununa umeme pesa ile Angel alinieleza kuwa kaniazima nilikubaliana nae kuwa nitamtumia siku inayo fuata. Siku iliwadia lakini siku hiyo haikuwa nzuri kabisa kibiashara kwani mvua zilinyesha siku nzima nilikosa pesa maana biashara yangu kwa wakati huo ilikuwa imeshuka sana na kujihesabu kama machinga pembezoni mwa barabara. Zilipita siku mbili Angel alinidai pesa yake nikamwambia sawa mama nipe muda kidogo nakutumia alikubali na kunipa muda mpaka saa 9 mchana niwe nimemtumia ilipo fika saa 9 mchana mfukoni nilikiwa na shilingi elfu kumi na mbili tu. Nilifanya maamuzi ya kumtumia shilingi elfu kumi na mimi nikatumia elfu mbili kununua chakula kisha nika mwambia Angel kuwa sikuwa na pesa ya kutosha hivyo rizika na pesa iyo panapo majaliwa nitakuongeza baadae. Lakini haikuwezekana siku iliyo fuata nilitumiwa ujumbe mfupi wa maneno kwa njia ya simu akidai pesa yake nilimwambia nimesikia ila sipo ofisini subiri nitakutumia kiukweli sikuweza kutuma ile pesa maana sikuwa na akiba yeyote. Ile siku ilipita kesho yake Angel alikuwa mkali sana hadi kuanza kukumbusha pesa alizo nisaidia na kuniona kama tapeli ikiwa sina kitu kwa wakati uwo maneno ya ukali yalizidi ikanilazimu kuazima pesa kwa jirani yangu kiasi cha shilingi elfu tano na kwenda kuituma kwa njia ya simu. Siku haikuwa njema mtandao ulikuwa unasumbua sana pesa inatumwa lakini haifiki, Angel akaniambia weka pesa iyo kwenye simu yako kisha itume kwangu kiukweli nilichelewa kwenda tena kwa wakala sababu sikuwa na mtu wa kumwachia biashara yangu. Maneno ya ukali yalizidi zaidi hata nilipo weka pesa ile kwa simu yangu sikuweza ituma maana nilihisi lazima kuna jambo ni tazamie nini kitafuata baada ya ukali ule. Kilicho fuata ni kuambiwa mimi ni mwanaume muongo na amenichoka kwa uongo wangu hivyo hanitaki tena na haitaji nimsumbue hata kwa ujumbe mfupi wa maneno. Licha ya kuwa na mapenzi ya dhati kwa Angel alipo niambia maneno yale wala moyo wangu haukuingiliwa na maumivu kama ilivyo kuwa mwanzo. Kilicho fuata ni mimi kumsikiliza kwa yale anayo yatamka ila kila nilipo hitaji kujieleza kutetea mapenzi nilionekana sina maana kabisa.

Makosa yangu ni umasikini wangu ningelikuwa tajiri au mwenye visenti nisinge kubali kumpoteza

Angel. Nilidaiwa kila alicho nisaidia ilinilazimu na mimi kujiongeza na kusema kumbe nilikuwa sisaidiwi kama mpenzi bali kukopeshwa sikuwa na jinsi na kuanza kupambana kulipa madeni.

Mapenzi hayapimwi kwa mizani, kamba wala mita bali mapenzi hupimwa kwa matendo. Kwa muda wote nilio kuwa nikiishi kimapenzi na Angel nilikuwa nimekubali kila kitu baya na zuri lake, jema na baya na sikuwa na sababu ya muhimu ya kusema niachane nae ila mwenzangu kipimo chake kimekuwa tofauti na kipimo changu. Nimefeli katika mapenzi kwa kila kitu laiti ningefaulu asingehitaji kuachana na mimi. Ugumu wa moyo wangu kumtafuta kuomba msamaha umetokana na sababu alizo kuwa akizionesha dhahili kwangu au kauli alizokuwa akipenda kuzitumia. Niligundua mapema kuwa ipo siku Angel hato kuwa na mimi maana ilifika wakati Angel awezi kukaa wiki mbili bila kuniambia tupumzike kidogo katika mapenzi na wakati mwingine akiomba tuachane sikuweza kubaliana nae maana hakuwa na sababu lakini nilivyo tazama na kufikili kwa kina licha ya kila siku alikuwa akinitamkia ananipenda sana niligundua yawezekana akawa kweli ananipenda lakini hawezi kuvumilia hali yangu ya uchumi niliyo nayo na kutambua kuwa hakuna mapenzi ya kweli kati yetu. Niliishi nae nikiwa na moyo mzito na kujiweka tayari kwa lolote litakalo tokea japo sikutaka kumpoteza kwa jinsi navyo mpenda.

SEHEMU YA TANO

Imani yangu nilipoteza kwa ajili ya jambo la muda mfupi sana. Kila nilipo kaa chini na kujaribu kufikiria kuhusu kumpoteza mwanamke nae mpenda fikra hazikuwa hata na hisia nilikuwa nikijilazimisha kutokuwa mbali nae lakini kila nilipo shika simu yangu nilikumbuka maneno haya. "Prince mimi siwezi kuolewa na mwanaume masikini yaani nijidumbukize kwenye umasikini nikiwa najiona ilo haliwezekani tafuta pesa utaniowa lakini kwa umasikini wako siwezi kukubali hata siku moja"

Nilikuwa nikiishi nae lakini najua ipo siku nitatendwa kwa umasikini wangu. Simu yake ilikuwa kama yangu na yangu kama yake yaani uhuru wa kushika simu au kutumia simu bila kujali niya Angel au Prince lakini siku zilivyo zidi kwenda mambo yalibadilika sana hakutaka hata nishike simu yake na kikubwa zaidi kilicho nishangaza na kustajabisha alipo nambia penzi letu liwe la siri watu wajue tumeachana lakini sisi tuzidi kuwa wapenzi.

Kila nilipo fikiri nishindwa kumtafuta maana mwanzo hakutaka penzi la siri bali kila mmoja ajue wasi wasi ulikuwa rafiki na mimi kwa wakati huo nilitambua lazima kuna namna inasababisha kuwa hivyo. Pale nilijihesabu kuwa fungu la kukosa penzi lake kabisa toka hapo nilikuwa naishi katika mahusiano ambayo sijui yanahusiana na nini.

Moyo wangu ulizidi kumpenda ikiwa hatupo katika mahusiano, Kila mmoja anayo haki ya kuishi vile apendavyo katika mahusiano lakini penzi la kweli ndio ngao bora ya mahusiano ya kweli na yenye malengo. Nilikuwa nikikata tamaa maana nilikuwa nikitambua kwa mambo yote haya nalazimisha mapenzi na mapenzi hayalazimishwi.

Toka hapo sikuwa na hamu ya kuwa na mahusiano mengine na mapenzi niliyaona kama sehemu ya kucheleweshana maisha, yule niliye tegemea kujenga nae maisha hanitaki tena. Kila mwanamke alikuwa akinitazama kwa matamanio ya usoni nilimwona kama Angel na kusema hata huyu ni wale wale wakati nilikuwa nikiugulia maumivu ya mapenzi nilikutana na mambo mengi sana yenye kukatisha tamaa ilifika wakati hata wazazi na ndugu waliona maisha yamenishinda nirudi kijiji. Ndugu zangu waliona sina kitu chochote na kuniona kama nimeuwa mtaji marafiki walinicheka na kunisema kwa maneno mabaya ya dhihaka na wengine kuniita fuvu maana mwili wangu ulikonda sana sikuwa hata na hamu ya kuupamba mwili ukapendeza nionekane kama kijina wa mjini lakini sikuona sababu kabisa sio siri niliuzila hata mwili wangu mwenyewe.

Neno uvumilivu niligundua kuwa ni neno dogo sana lakini lenye maana kwa yule mwenye kutambua nini maana ya uvumilivu. Lakini tofauti na hapo utakuwa unachezewa hisia na kujijaza upepo. Nimejifunza kutokana na makosa na kutenda kosa sio kosa bali kurudia kosa ndio kosa. Nilijitahidi sana kuishi na Angel na kila nilipo kuwa nae hakika nilimwona kama mke wangu na si mpenzi wangu wa muda tu. Angel ni mwanamke niliye muheshimu sana hata sikuwa na fikra za kumtenda mambo mabaya lakini uwezo wangu kwake ndio mdogo kana kwamba nilijiona kama si mpenzi bora kwake nilikuwa nilimpeda sana Angel hata alipo kuja kwangu nilijitahidi kufanya vitu alivyo kuwa akivipenda kama kushirikiana kupika chakula anacho pendelea sikutaka afike nyumbani kwangu na kijiona kama mtumwa wa mapenzi bali nilimpa uhuru hata kazi tulisaidiana kwa umoja. Angel ni mwanamke alikuwa akipenda sana nipate maendeleo ndio maana nasema siwezi kumsahau. Angel ni mwanamke mzuri sana na mwanamke nilimpenda kutoka katika kiini cha mapenzi yangu.

Nikupe zawadi gani ewe mwanamke nilie kupenda sana. Uliye kubali kulala chini ukiwa na mimi. Upo wapi Angel uliye kuwa tayari kulala njaa ukiwa na mimi. Upo wapi kipenzi changu niliye tamani kukuimbia tungo nzuri za hisia kila wakati, Upo wapi malkia wa moyo wangu. Angel alikuwa akinivumilia kwa shida na raha tuli lala njaa, tulishinda njaa tuli lala chini ewe mpenzi wangu japo upo mbali na mimi ila najiuliza nikupe zawadi gani uvumilivu wake kwangu ulikuwa na thamani sana. Mapenzi ya Angel yamenifanya hata nisahau kwamba kuna kifo napo kuwa nae nitazidi kukupenda Angel.

Upo wimbo nilio kuwa nikiupenda sana kuimba hasa akiwa mbali na uwepo wa moyo na macho yangu. Wimbo huo niliupenda kiasi kwamba nilikuwa tayari hata kila dakika nikuimbie wewe Angel lakini sasa upo mbali hata sijui nimwimbie nani mimi prince. Nguvu ya kuimba wimbo huo imetoeka moyoni mwangu na kinywani mwangu hakika nilikupenda sana kipenzi change.

WIMBO

Nikupe zawadi gani wangu,
Nikupe zawadi gani mpenzi wangu,
Nikupe zawadi gani wangu,
Nikupe zawadi gani mpenzi wangu eh.

Kwanza nakushukuru wangu,
Kwaku nivumilia kwa shida na raha,
Tuli lala njaa,
Tulishinda njaa.

Tuli lala chini Ee mpenzi wangu eh,
Tuli lala njaa,
Tulishinda njaa,

Tuli lala chini Ee mpenzi wangu.

Nikupe zawadi gani wangu,
Nikupe zawadi gani mpenzi wangu Ee.

Maisha yenye dhiki,
Penzi lenye penzi Ee mpenzi wangu,
Leo tunafuraha ee mpenzi wangu Ee,
Chai kwa mkate-wali kwa maini Ee mpenzi wangu

Nikupe zawadi gani wangu,
Nikupe zawadi gani mpenzi wangu,
Nikupe zawadi gani wangu,
Nikupe zawadi gani mpenzi wangu eeh.

Tuli lala njaa,
Tulishinda njaa,
Tuli lala chini Ee mpenzi wangu,
Nikupe zawadi gani wangu.

Nikupe zawadi gani mpenzi wangu Ee?

Moyoni mwangu nilikuwa nikipenda sana kuimba wimbo huu na kuona kama ni wimbo maalumu kwa ajili ya mpenzi wangu Angel. Kaenda mbali na mimi lakini naamini Angel hakuwa kwangu kwa ajili ya pesa bali kwa ajili mapenzi ya dhati. Lakini uongo aliokuwa akiutazama kwangu ndio chanzo kikubwa cha yeye kukaa mbali na mimi japo kile alicho kiona ni uongo kwangu ilikuwa ndio ukweli nilipo kosa sikumficha hata nilipo pata sikumficha. Ukweli wangu umegeuka uongo kwake japo sikuwai kutamani kumwongopea kwa lolote.

Sito weza kusahau kipindi nilicho kutana na Angel nilikuwa sielewi nini maana ya mapenzi na wala nilikuwa sijui nini kitu kupenda wala nini maana ya hisia lakini Angel kanifundisha yote kwa muda nilio kuwa nae katika mahusiano. Maumivu yalinifanya niandike wimbo huu nikijifariji kwa kuimba kwa kutumia gitaa.

WIMBO

Hivi kwanini?
Umebadirika
Dada mbona umejawa visa
Hata simu yangu nikipiga inahita.

Hautaki kuongea unaniletea visa
Mama umebadirika
Wewe dada umejawa visa.

Tulipo kula mchicha maharage makunde
Mbona tuliridhika
Robo ya unga robo, moja ya mchele
Mbona tulitosheka.

Tulivyo lala chini bila ya shuka na godoro,
Ulinikumbata.
Dada! Umebadirika
Mama Umejawa visa.

Siku zote baada ya kuwa mbali na Angel nilikuwa nikiona kama Angel hanipendi na anihataji kabisa. Halipo nidai pesa zake nilihisi kama ana nikomoa na si vinginevyo, Moyo wangu ulikata tamaa juu yake na kujifunza kumsahau kabisa na kuanza maisha mapya ya bila Angel. Hata nilipo mtazama Angel sikuwa na lakusema wala chakufanya hata salamu yangu hakutaka kuipokea nilivumilia yote na kusahau.

Siku moja nikiwa katika mizunguko yangu ya kutafuta riziki nilikutana na Angel akiwa na vijana wawili wa kiume nilipo mtazama machoni alitazama chini niliondoka na kuendelea na miangaiko yangu bila kujali nipo katika hali gani naye yupo katika hali gani maisha yaliendelea na siku zikapita.

Ilifika siku ambayo haikuwa nzuri kabisa katika maisha yangu baada ya kupata ajali ya gari maeneo ya mabibo niliumia sana na kupoteza fahamu. Fahamu ziliporejea na kujikuta kituo kidogo cha afya mabibo daktari akaniambia umeletwa hapa hospitali na wasamalia wema baada ya kupata ajali maeneo ya mabibo nimechukua simu yako na kuongea na ndugu na jamaa zako. Na kuwapatia taarifa ya ajali ulipo pata na hisi watakuwa njiani wanakuja usiwe na wasiwasi pumzika tu. Baada ya dakika kadhaa wazazi na ndugu zangu walifika hospital hapo kisha wakanichukua na kuniamishia hospital ya muhimbili kutokana na ushauri wa kidactari.

Kitu kilicho nishangaza ni kumwona Angel amefika hospital hapo akiwa na hofu huku akilia kitu ambacho sikuweza muelewa kabisa. Angel alikuwa akilia kwa hisia sana na kutoa maneno mazuri yenye upendo "prince nakupenda sana sikuwa mbali na wewe ili uteseke bali nilikuwa mbali na wewe ili upambane zaidi kutafuta maisha kwanini umepanda gari lenye kufanya uwe hapa saizi. Mimi sipendi kukuona ukiwa katika hali hii lakini kila nilipo taka kuongea ali nifumba mdomo kwa kutumia mkono wake na kuendelea kuyarudia maneno hayo" sikuwa na jibu bali nilijiuliza hiki nini tena na kwanini nilikosa majibu kabisa kwa wakati uwo.

Mapenzi ya nguvu hasa mkipendana kweli hisia za mtu hazichezewi mapenzi yanaweza kukupeleka jehanam, Nilishindwa tambua hii ni aina gani ya mapenzi ambayo yanaendelea kati yangu na Angel maana sijui kama napendwa au sipendwi. Kwangu ilikuwa mfano wa chorosho (mapenzi yame nichoka na kunichosha). Mawazo yangu yalikuwa yakifikiri kuwa angel hanitaki tena hata sikuwa na nguvu yeyote katika penzi langu lililo potea.

MAJADILIANO

Angel: prince wangu pona Mimi bado nakuhitaji?

Prince: Kwanini unajali kuhusu mimi?

Angel: nahitaji ufanikiwe na si kuwa mtu wa hali ya chini nilifanya kwa mapenzi mpenzi wangu si kwa chuki mimi bado nakupenda sana na nitazidi kukupenda wewe?

Prince: hapana Angel wewe haunipendi hata kidogo ni heri uniache nife tu?

Angel: prince usiseme hivyo Mimi najilinda na

kujitunza kwa ajili yako wewe mpenzi wangu?

Prince: Mmmh!

Angel: Kweli nielewe baba nipo kwa ajili yako prince?

Prince: Mmh nahisi nifaraja tu unayo jaribu kunioneshea na si vinginevyo Angel?

Angel: Si faraja prince wangu bali ni maneno ya kweli na si vinginevyo?

Prince: tazama mwili wangu Angel hauna hata thamani machoni mwa mwanadamu sikufai tena?

Angel: Hapana Mimi sijali hilo baba angu nimekupenda kutoka moyoni sijali hilo mimi na nitakupenda?

Prince: Mmmh!

Angel: Naomba uniamini prince!

Prince: Sawa nimekuelewa Angel!

Angel: Asante kwa kunielewa kipenzi changu nakuhakikishia kuwa na wewe wakati wote niamini Prince wangu.

Prince: sawa mimi yangu macho.

SEHEMU YA SITA

Nilipata matibabu hospitalini hapo na kuendelea vizuri na kuruhusiwa kurudi nyumbani baada ya siku kadhaa kupita. Toka hapo Angel hakuweza kukaa mbali na mimi mpaka nilipo pona na kuwa na afya njema na mwili wangu kuanza kurudi katika hali yake ya kawaida sio siri Angel alizidisha mapenzi zaidi ya mwanzo.

Nawaza na kufikiri kwa kina alikuwa wapi wakati wote nilio kuwa nikiteseka katika penzi langu hakika dawa ya maji ni maji, Mwili ulipatwa na ajali maumivu nikayapata na kulazwa katika hospitali iitwayo mahaba hodi niliyo lazwa ilikuwa mapenzi yasiyo isha hamu dozi yake ni penzi linalo nipa furaha kila wakati na hasa kila nimtazamapo Angel.

Ama kweli mapenzi hayana kina wala kipimo bali pale uonapo dhahiri upendo wake ndipo utapo jua ni jinsi gani mnapendana. Huzuni ilitoweka moyoni mwangu na kusahau yote niliyo pitia na Angel kwa kuwa angel alinipenda sana na nilimpenda sana nilimchukua adi nyumbani Tanga kwa wazazi wangu. Nilimtambulisha familia iliungana na kusherehekea ugeni ulio ingia nyumbani kwa wazazi wangu na mimi nilifurahi sana kwani ndiyo yalikuwa malengo yangu tangu mwanzo. Kisha tulirejea jijini Dar es salaam mahali nilipo kuwa nikiishi mwanzo kwa baba yangu mdogo.

Furaha na tungo za hisia zilizidi kuimarika moyoni mwangu maana zile nadhiri tulizo haidiana zinaendelea kwa furaha na mapenzi ya hali ya juu. Penzi lilikuwa na furaha zaidi ya muziki wenye nota nzuri za kubembeleza na kutuliza akili. Kumbe palipo na furaha kuna watu hawapendi ile furaha, nilipigania furaha yetu kwa nguvu na akili. Hata walimwengu walipo jaribu kuivunja furaha bado walishindwa kutokana na upendo wa kweli ulikuwa kati yetu.

Siku moja nilipokea zawadi ya saa kutoka kwa Angel japo yeye aliona kama ni zawadi ndogo lakini kwangu ilikuwa na thamani kubwa sana. Maana yeye ndiyo mpenzi wangu na kidogo chake ni kikubwa kwangu. Muda mrefu nilikuwa nikifikiri nimpe zawadi gani lakini sikuwa na jibu ni zawadi gani ya kumpatia Angel.

Siku Angel ananipa zawadi alikuwa akiimba wimbo mzuri sana ulio kosha moyo wangu kwa kiasi kikubwa cha mahaba yake. Wimbo mzuri ambatana na sauti nzuri ya kubembeleza mmh! Waubani nikupendae mwenye kubeba hisia zangu za mwili wangu.

Moyo wangu wa kwako
Nimekukabidhi peke yako
Prince
Fungua wa kwako
Nifurahie penzi lako.

Nimekuchagua wewe
Wewe uwe wangu
Prince wa maisha yangu
Mapenzi yangu nina kupa wewe,

Chonde chonde usiende mbali na mimi,
Uta niumiza moyo,
Nahitaji kumbatio lako kila wakati,
Zawadi hii ninakupa.

Upendo na Amani
Siku zote za maisha yetu
Mume wangu
Furaha ya maisha yangu.

Wimbo huo alio kuwa akiimba Angel ulinifanya hata nikose la kusema ilikuwa ni zawadi juu ya zawadi hakika nilifurahi sana kwa wimbo na zawadi. Angel hakuwa muimbaji wala mtu anae ujua muziki bali siku ile alijitahidi sana kunifurahisha japo sauti yake haikupangiliwa vizuri lakini nilipenda sana ujumbe wa mahaba kupitia wimbo wake.

Baada ya wimbo huo yalinifika maumivu ambayo sito yasahau maishani mwangu maana licha ya Angel kunipenda vile nilimtenda na kumuhumiza sana Angel.

SEHEMU YA SABA

Ilifika wakati ambao Familia iliniweka chini na kuhitaji nioe, Sikuona kama ni jambo baya kwangu maana yupo mwanamke ninae mpenda. Mawazo yangu yalikuwa tofauti na ndugu na wazazi wangu nilio kuwa nikiishi nao nyumbani kwa baba yangu mdogo nilikuwa tayari kuoa lakini kumbe mwanamke niliye mpenda mimi familia haikumtaka kabisa.

Nilifungiwa ndani bila kujua nini kinaendelea kumbe wazazi walikuwa wamenitafutia mwanamke tofauti na Angel haikuwa kazi ndogo mimi kukubari walicho taka wazazi ikiwa mimi nampenda sana Angel. Nilikuwa tayari hata kutengwa na familia ila tu niwe na Angel lakini haikuwezekana kabisa.

Mwanamke niliye tafutiwa na wazazi sikumpenda na niliahidi kuto mpenda kabisa. Nikiwa nimefungiwa ndani ujumbe ulienda hadi kwa wazazi wa Angel ukiwataka kumkanya Angel kuwa mbali na mimi. Nilipo pata taarifa kuwa Angel kalifahamu jambo hilo moyo wangu uliumia sana. Nikiwa sijui hiki wala kile siku iliyo fuata Baba yangu mdogo alikuja chumbani kwangu ameshika kanzu mkononi kisha akaniambia jiandae shekhe anakuja inatakiwa uslimu na kuwa muislamu leo hii nilishindwa muelewa baba yangu mdogo kwanini anafanya mambo hayo. Shekhe aliwasiri kisha nikasikia minong'ono ikisema lazima aowe, baada ya dakika chache walikuja mpaka chumbani kwangu shekhe na baba yangu mdogo kisha wakanifanyia dua ya kuslimu na kunipa jina Hashimu. Nilimuuliza baba yangu mdogo kwanini ananifanyia hivi jibu alilo nijibu ni lazima uowe.

Nilibaki katika mawazo hayo nikiwa namfikiria mwanamke wa ndoto zangu yupo katika hali gani lakini sikuwa na majibu. Baada ya siku tatu mbele baba yangu mdogo alirejea tena akiwa kashika kanzu nyingine na kilemba akiwa na vijana wawili kisha akaniambia jiandae leo ndio siku ya harusi yako. Nilibaki nikilia uku nalitaja jina la Angel lakini haikusaidia maana nilikuwa naishi chini ya familia japo najitegemea kiukweli nilifunga ndoa nikiwa sijui chochote wala mwanamke ninae muoa ni nani au katokea familia gani.

Baada ya ndoa niliambiwa ingia ndani ukamwone mwenzako, nilipo ingia nilimkuta binti mmoja kapambwa mwili wake kwa ina na piko aliye vaa vazi lililo funikwa hadi kucha za miguu yake. Kisha baba yangu mdogo akaniambia huyu ndio mke wako kuanzia sasa, Sikuwa na jinsi tena ndoa ndiyo imesha pita maumivu ya moyo yalizidi nitesa zaidi nilimuuliza yule binti unaitwa nani akanijibu Rehema nikacheka kisha nikamuuliza kwanini umekubali kuolewa na mwanaume usiye mjua alicheka kisha akaniambia mimi nina kujua wewe vizuri sana.

Kisha familia ikatupatia nyumba ya kuishi maeneo kibaha maili moja, Tulienda kuishi huko nikiwa sina raha wala amani maana niliye mpenda ni Angel na sio Rehema maisha yangu yalikuwa magumu sana japo tulikuwa na kila kitu. Zilipita siku sita kisha baba yangu mdogo akiongoza na bibi walikuwa kibaha wakiwa na mtoto mdogo sikujua yule mtoto ni nani niliwakaribisha ndani kisha nikasikia " baba mdogo akisema sisi hatukai tumepita tu kuwajulia hali bibi akajibu ndio na huyu mtoto mtabaki nae hapa nyumbani?" niliwaambia ni mtoto wa nani na tuna kaa nae kwa muda gani kisha mnakuja kumchukua? Baba mdogo alinijibu huyu mtoto ndio kafika wewe ni baba yake na mkeo ndio mama yake siku weza muelewa kabisa nikamwabia baba mdogo siwaelewi mimi? "baba mdogo alinijibu kwa hasira sana akisema nimesema huyu ni mtoto wa mkeo na sitaki maswali mengine" kisha wakaondoka.

Sikuwa na chakuongea kwa wakati ule bali nilifunga mdomo na kukaa kimya tu. Usiku ulipo wadia nilimuuliza rehema huyu mtoto wa nani? Kisha akanijibu ni mtoto wangu anaitwa Nairath. Ooh kumbe mwanao sawa baba yake anaitwa nani? Rehema akanijibu maswali mengi ya nini wewe jua tu kuwa nairath ni mwanangu! Hahahaha nilicheka maana nilikuwa sielewi mambo yanayo nitokea, Basi siku ilipita nikiwa kwenye mshangao usio kuwa na majibu maana ndoa ilikuwa kama fumbo kwangu.

Kila tatizo nililo kutana nalo lilinifanya nimkumbuke sana Angel maana alikuwa ni zaidi ya mapenzi kwangu. Zilipita wiki mbili tangu ndoa kufungwa lakini sikuwahi kukutana na Rehema kimwili hisia zangu hazikuwa kwake kabisa japo alikuwa hakihitaji nikutane nae kimwili. Rehema alikuwa akinilaumu sana na kusema simpi haki yake ya ndoa wala furaha kama mume, mimi kwangu ilikuwa kama kelele tu.

Maisha yaliendelea na hapa kuwa na namna nilishika majukumu kama mume na rehema kama mke haikuwa kazi rahisi kumkubali nairath kama mtoto wangu wa kufikia lakini haikuwa na jinsi maana hata nikisema nimfukuze mtoto dhamira inanisuta maana yeye sio mwenye makosa. Japo nilionesha imani kuridhia kuishi na yule mtoto lakini nilikuwa nikijiuliza baba yake ni nani! Ndoa haikuwa tamu kwa upande wangu bali yalikuwa maumivu tu.

Famila yangu ilinikabidhi gari tano aina ya fuso za mizigo nisimamie na kuijenga familia yangu niliyo nayo. Nilitafuta madereva wa nne wa gari hizo na mimi nikawa dereva wa tano na kazi kuanza nikiwa makini sana na mali za familia maana dhamana waliyo nipa ilikuwa kubwa sana na yenye thamani hasa nikifikiria sina mtaji tena wa kunikwamua kimaisha. Maisha yalikuwa mazuri tu kawaida na sikuweza tambua kitu chochote kile. Nakumbuka siku moja nilipata tenda ya kubeba kokoto kutoka Kibaha kwenda mbezi jijini Dar es salaam nilimuaga rehema na kumwambia huenda ninaweza chelewa kurudi ahakikishe madereva wote wana mkabidhi hesabu niliondoka na kuendelea na shughuli zangu za udereva. Nilipo peleka gari kupakia kifusi cha kokoto najishika mifukoni sina simu nikakumbuka nimesahau nyumbani nilikodi bodaboda mpaka nyumbani lakini baada ya kufika nyumba ilikuwa imefundwa na hakuna mtu nilielekea nyumba ya jirani kabla sijafika namuona nairath mwanangu wa kufikia. Nikamwita kisha nikamuuliza mama yako yupo wapi nairath alinijibu sijui baba sikutaka kumuuliza zaidi mimi niliondoka zangu kazini, ilipo fika saa 4:30 usiku narudi nyumbani namwona nairath nje nilisimama na kumfuata pale alipo nikamwambia mwanangu mbona unacheza nje usiku huu haya twende ndani mtoto akanijibu baba mama bado hajarudi!.

Nilimchukua nairath na kuelekea mgahawani kula chakula kisha tukaanza kurudi nyumbani. Rehema alikuwa bado hajarudi nyumbani ilinilazimu kuvunja mlango na kuingia ndani, nilipo ingia ndani nilishika simu yangu na kumtafuta Rehema lakini simu ilikuwa ikiita tu bila kupokelewa nilimuogesha nairath kisha nikampeleka chumbani kulala mimi nilibaki sebuleni namsubiri mke wangu arudi lakini haikuwa rahisi ilipo fika saa nane usiku na mimi niliingia kulala.

Asubuhi ilipo wadia nili amka kufanya usafi nikapika chai kisha nikamwamsha mtoto akaoga akanywa chai nikamchukua mpaka kwa jirani yetu jina lake mama soph nikamkabidhi mtoto kwaajili ya uangalizi kisha mimi nikapeleka gari kijiweni. ilipo fika saa 7:15 mchana nilirudi nyumbani lakini bado rehema hakuwepo nilijiuliza mambo mengi sana lakini sikupata jibu nilicho ishia ni kusema ipo siku nitajua kila kitu. Sikuona kama ni jambo jema kumwacha mtoto kwa jirani ilinilazimu kubaki nyumbani tu lakini ilipo fika jioni Rehema ali rudi nyumbani nilipo muuliza ulikuwa wapi na kwanini umeondoka bila kuaga? Alinijibu kwani lazima kuaga kila napo toka haya nilikuwa nyumbani kwa wazazi wako.

Nikamwambia kwanini unaenda nyumbani bila kuaga na vipi kuhusu mtoto kama hukujali kuhusu mimi. Alinijibu nimechoka niache nipumzike Hashim nilifunga kinywa changu na kuwa mpole. Siku zilipita na maisha yakaendelea ndipo migogoro hikaanza kuongezeka na kukua kwa kasi. Siku moja nikiwa nimejilaza sebuleni Rehema mke wangu alichukua simu yangu kisha akampigia baba yangu mdogo akimuomba pesa ya mtaji ikiwa hata mimi mmewe hajanishirikisha lolote nili mkaripia kwa tabia ile maana sikupendezwa nayo rehema alianza kulia kisha akainuka na kwenda chumbani baada ya masaa kadhaa kupita baba mdogo alipigia simu na kunikanya. Baada ya siku mbili kupita ile tabia ya kuomba pesa kwa baba yangu mdogo ilirejea tena akimuomba pesa ya kusukia nilikasirika sana na kumpiga kofi kisha nikachukua simu yake. Nilipo shika simu yake rehema aliniambia ni heri unipige uniuwe ila simu yangu nipatie wala usifanye lolote kwenye simu hiyo!

SEHEMU YA NANE

Kwa ile kauli ya rehema ilinifanya niwe na ujasiri wa kugoma kumpatia simu yake. Alijaribu kutumia nguvu kuchukua simu yake lakini hakuweza maana nilimzidi nguvu, Kwenye swala la simu Rehema hakutaka masihara kabisa alikunja sura yake kwa hasira sana ilinibidi nitumie nafasi kama mume ili nielewe kwanini hataki mimi nishike simu yake ikiwa mimi ndio mmewe.

Siku ile ndio nilianza kumjua vizuri Rehema kupitia simu yake rehema hakutulia kabisa baada ya kuona anaongea lakini simu yake mimi simpi Rehema alianza kunitukana alitukana sana lakini mimi sikumjibu nilicho fanya nikutoka nje nikapanda gari kisha nikaondoka kijiweni kwangu. Nilipo kuwa njiani ujumbe mfupi wa maneno uliingia kwenye simu ya mke wangu nilipo ufungua na kusoma ujumbe ule niligeuza gari na kurudi nyumbani nilipo fika nilimwita rehema alipo fika nilimpatia simu yake kisha nikaondoka tena. Ujumbe ule ulikuwa unasema "mama nairath nimekusikia mke wangu usijali nitakupatia kila kitu unacho hitaji huyo mpuuzi asikusumbue akili yako yeye ni kivuli tu lakini mimi ndio mmeo"

Jioni nilipofika rehema aliniambia mme wangu mbona ulirudisha simu mapema! Nikamjibu ningeondoka nayo afu wewe ubaki na nini na kukitokea tatizo utanijulishaje kwa maana hiyo sikuona sababu ya kuondoka na simu yako mke wangu. Alinijibu asante kumbe ujaona chochote si ndio Ee? Nikamjibu ndio, Kisha nikaendelea na mambo yangu maana niligundua ndoa yangu si ndoa bali ni fumbo la ndoa nilifanya mpango wa kumtafuta Angel lakini sikumpata kwa wakati ule moyo wangu uliumia sana.

Toka hapo moyo wangu ulivunja imani na Rehema na kuishi ilimradi tunaishi tu, maisha yangu yalizidi kuwa ya huzuni huku nikimtafuta taratibu mwanamke niliye mpenda kuliko nilivyo jipenda mimi. Siku moja nikiwa nyumbani mtoto alimkosea rehema alipigwa sana ilinibidi kuingilia kati na kumchukua yule mtoto na kumkumbatia kifuani kwangu mtoto alikuwa akilia akisema baba niokoe nakufa nilimwambia mwanangu tulia baba yako nipo hapa usiwe na hofu nilisikia Rehema akifyonza kisha akasema unajifanya una uchungu na mtoto asio wako zaa na wewe wako ndio uone uchungu wa mwana mnafiki wewe! Nilimwambia Rehema unasema nini wewe! Kisha akajibu zaa wako. Nilicheka kisha nikamwambia sawa nimesikia mke wangu talifanyia kazi alinifuata kwa hasira na kumchukua mwanae na kuondoka nae nje. Yalipita masaa kadhaa kisha nikatoka nje hapakuwa na mtu nilishika simu yangu kisha nika mpigia Rehema lakini hakupokea simu yangu, sikuchoka nilitoka na kuelekea kwa jirani yetu mama soph lakini hawakuwepo ilipo fika usiku nilipiga simu nyumbani kabla sijauliza baba mdogo aliniambia usijali mkeo na mwanao wapo huku. Sikuweza kumuliza baba mdogo maswali nilisema sawa baba nilitaka kujua kama wamefika salama?

Rehema na mwanae nairath walikaa nyumbani kwa muda wa siku tatu kisha wakarudi nyumbani ikiwa mama mdogo ayupo nyumbani kwani aliondoka na bibi Tanga, siku walio rudi mimi nilicho fanya ni kuhama chumba cha kulala na kuwaacha wao chumba nilicho kuwa nikilala na rehema mke wangu. Toka walipo kuja nyumbani baada ya siku zile tatu ndoa yetu ilikuwa na migogoro isiyo na sababu mara nikae nae mbali ninatoa harufu mbaya, yote nilikuwa kimya ilifika wakati kila napo gombana au kupishana kauli na mke wangu ni lazima baba yangu mdogo ajue na kuja nyumbani kunigombeza na kunikanya nisimguse mke wangu. Migogoro ilizidi kuendelea nakumbuka kuna siku baba yangu mdogo alikuja nyumbani na kuchukua funguo za gari zote tano bila sababu akisema wewe si jeuri sasa utakula jeuri yako "pale ndipo nilipo kumbuka msemo wa wahenga unao sema mtegemea ndugu hufa masikini" mke wangu alinicheka sana na kusema haya nitaona jeuri yako iko wapi sasa.

Kiukweli sikuelewa mke wangu kwanini kasema vile sikuitaji mabishano wala kuongea na Rehema nilicho kumbuka ningelikuwa na Angel wala haya yote yasinge nikuta maana Angel alikuwa mwanamke niliye mpenda na yeye alinipenda. Uchumi wa familia yangu uliyumba maana sikuwa na pakushika maana nilitegemea sana mali za nyumbani. Ilifika wakati hata kula yetu ilikuwa ya shida sana maisha yalinigeukia na kuona tatizo la mke wa kuchaguliwa na wazazi tena nisiye mridhia. Siku moja nipo kijiweni napo patia visenti kwa kazi ya deiwaka nililetewa ujumbe na mjumbe wa shina nalo ishi kuwa nahitajika kituo kidogo polisi, baada ya kufika polisi nilimkuta Rehema kaketi nje ya kituo cha polisi baada ya kufika niliambiwa "wewe ndiyo Hashim nikajibu ndio unashitakiwa na mke wako kwa kosa la kuto jali familia yaani hauachi pesa ya matumizi nyumbani kwa kuendekeza pombe" nilimwambia afande hivi hata kwa mtazamo wako mimi namuonekano wa kuwa mlevi au mnywaji wa pombe? Hakunijibu alicho sema kuanzia sasa utaleta matumizi ya mkeo hapa polisi nilimwambia hapana afande huyu ni mke wangu nalala nae nyumba moja kwanini nitoke asubuhi na kuleta pesa ya matumizi hapa polisi wakati muhusika nalala nae nyumba moja? Polisi waliniuliza je wewe una swali kwa mkeo nilijibu ndio walinipa nafasi ya kumuuliza kisha nikamuuliza mke wangu kwanini mambo ya ndoa unayaweka hadharani kama pesa nayo acha nyumbani ndogo ni heri ungeniambia na si kuja polisi kwanini umefika mbali namna hii? Alicho nijibu ni kwamba mimi sio mwanamke wa kuachiwa elfu 20 kwa siku au wewe nanionaje nilicheka kisha nilikubali matumizi kupeleka polisi lakini kwa kiwango kilekile nacho mwachia nyumbani na kuandika katika maandishi kisha nikaondoka na kwenda kijiweni kwangu kama kawaida.Maisha ya ndoa yangu niliyaweka kuwa siri maana niliamini kuanika madhaifu ndoa yangu hadharani si chanzo cha kutatua matatizo ndani ya ndoa yangu.

Upo mfano mmoja nilio kuwa naukumbuka sana nilio tolewa na mzee mmoja anae itwa mzee fadhili. Mzee fadhili aliwai niambia mwanangu niliwahi kuwa na mdogo wangu aliye pendana sana na mke wake hata tulipo itwa katika kikao cha familia bado yeye alikuja na mke wake. Sio siri kwa macho ya usoni walipendana sana lakini ilitokea siku alifika nyumbani kumwona babu bila kuwa na mkewe babu alimwita Elias na kumwambi unampenda sana mke wako Elias alimjibu babu ndio babu alimuuliza swali lingine na kusema unauhakika kuwa unapendwa alikuwa akimsifia sana mke wake na kumtazamia kama mwanamke bora kuliko wengine. Babu alimwambia nakupa njia ya wewe kugundua kama mkeo anakupenda au laa. Elias alikubali wazo la babu na ndipo babu alipo sema nichinjie kondoo mmoja kati yawale kondoo Elias alikubali na kumchinja yule kondoo nguo za Elias zilitapakaa damu babu alimwambia nenda na izo nguo kwako chukua na kichwa cha kondoo ngozi yake na hii shuka kisha vifunge kwa mfano wa maiti na uzike nyuma ya nyumba yako alafu ndio uingie nyumbani mwako. mkeo akikuuliza mwambie kuna mtu ulikuwa unamdai mmepishana kauli na kuanza uogomvi hadi kufikia kumchinja na umemzika nyuma ya nyumba. Elias alifanya kama alivyo ambiwa na babu yake kisha akarudi na kumwambia babu tayari nimefanya ulivyo niambia, Babu alimwambi vizuri mjukuu wangu sasa kaa siku tatu alafu mtume mkeo maji ya kunywa na msumbue mara kwa mara mfano, sitaki ya mtungi nataka ya kwenye friji, ayo hapana nipe ya moto kutoka jikoni kikubwa umkele tu. Akikasirika mpige kofi afu usikie jibu lake, Kweli nilifika nyumbani na kufanya ivyo kwa mke wangu.

Alikasirika sana na kunitupia maneno machafu sana niliendelea kumpiga alipo kaa kimya name niliacha kumpiga. Mke wangu alikasirika asubuhi kulipo kucha aliamkia kwa shoga yake na kumwambia kuwa mme wangu kauwa mtu na kamzika nyuma ya nyumba, shoga yake alimshauri mke wangu kwenda kutoa taarifa polisi. Alienda polisi na kulipoti kuwa mume wangu ni muuwaji kauwa mtu na kamzika nyuma ya nyumba, polisi baada ya kupata taarifa waliambatana mpaka nyumbani walipo fika alisema mume wangu ndiyo huyu. Mziki wa polisi si mchezo kwanza walinipiga vilungu kisha wakaniambia tuoneshe wapi ulipo mzika mtu uliye muuwa. Nilishangaa sana na kusema mimi sijauwa mtu jamani mke wangu alidakia juu juu muongo huyo kauwa aliingia ndani na kutoa zile nguo nilizo vaa siku ile ndio nikakumbuka. Polisi na wananchi walipo ona zile nguo kipigo kiliendelea kisha nikachukuliwa mpaka nyuma ya nyumba waliniambia umezika wapi niliwaonesha kisha zoezi la kufukua likaanza.

Walipo kuwa wakifukua alufu ilianza kutoka kali sana ya kitu kilicho oza yani pale kila neno nilitupiwa na majirani wakishilikiana na mke wangu. Polisi waliendelea na zoezi la kufukua kidogo walikuta lile shuka hapo maneno yalizidi zaidi kunishambulia hakika maneno yangekuwa yanauwa siku ile ninge aga dunia kabisa. Basi polisi walifukua na kutoa kilicho zikwa na kufungua walikuta kichwa cha kondoo na ngozi iliyo oza walipo niuliza nilisema siku tatu zilizo pita nilienda kwa babu akaniomba nimchinjie kondoo nilichinja lakini hakunipa nyama bali ngozi na kichwa mke wangu apike supu mimi niliona si vyema maana mke wangu hapendi supu ya kichwa ndio maana nikafanya maamuzi ya kuvifukia hapa. Afande aliye kuwa na nyota moja alio kuwa akiongozana aliniita pembeni na kuniambia kuwa mkeo hakufai fanya maamuzi ya kiume kisha akaondoka. Sasa hapo maamuzi yalikuwa ni lazima kuachana tu. Mfano huu niliukumbuka na kusema kumbe unaweza kutana na jambo lakini kwa njia nyingine.

Hapo sikuwa na jinsi tena nilifanya maamuzi ya kwenda nyumbani mpaka kwa baba yangu mdogo nilipo kuwa naishi lakini baba yangu mdogo sikumkuta nilimkuta mama mdogo peke yake kisha niliongea nae na kumweleza yote tangu mwanzo hadi tulipo fikia bila kumficha jambo lolote mama mdogo alisema mwanangu hata mimi ndoa yangu sielewi inaenda wapi mimi na wewe wote tatizo ni moja sasa mwanangu wewe endelea kunywa maji kila uingiapo nyumbani mwako hatima yake itafahamika wala usijali mwanangu lakini nijulishe kila kinacho endelea mimi ndio mama yako. Nilimsikia mama kisha tukaendelea na maongezi mama akaniambia mwanangu leo nimekutana na Angel lakini nilimwona kama ni mgonjwa fanya ukamwone, nilifurahi moyoni kusikia tu jina Angel japo mama hakujua hilo nilitoka kisha nikaelekea mpaka nyumbani kwa kina Angel nilipo fika kabla ya kupiga hodi mlango ulifunguliwa na mama yake Angel nilimsalimia kisha nikamuuliza Angel nimemkuta alinijibu ndio kisha akapaza sauti akiita Angel, Angel njoo mwanangu kisha akaja mpaka pale alipo kuwa kasimama mama yake upande wa ndani mama alimpisha akamwambia mgeni wako huyo nje.

Angel alipo sogea mlangoni na kunitazama hakuweza ongca chochote zaidi ya kutoa machozi na kimya kikatawala kati yetu mama yake Angel kimya kile kilimpa wasiwasi alisogea kisha akauliza kuna tatizo gani mbona mpo kimya na wewe Angel kwa nini unalia? Jibu la Angel lilinishangaza sana alimjibu mama yake akisema mama ni machozi ya furaha na si huzuni. Mama yake alijibu sawa kisha akasema haya mkalibishe mwenzio ndani nilishindwa ingia ndani wala kuongea chochote kwa siku ile na angel machozi yalinitoka nikashindwa jizuia niliondoka haraka pale bila hata kuaga Angel akinitazama. Nilirudi mpaka nyumbani kwa baba mdogo kisha nikamwambia mama nimeenda kuonana na Angel nimemuona na nafsi yangu imeridhika sasa naweza kwenda kwangu nilimuaga mama kisha nikaondoka.

Baada ya kufika nyumbani tu sikuweza hata kukaa kwa muda nilipigiwa simu kutoka polisi na kuambiwa naitajika kituoni hapo nilimwambia afande je ni mambo yale yale au kuna tatizo lingine jibu nililo pata ni njoo mambo yote utayajua kituoni hapahapa nilitoka na kuelekea kituo cha pilisi nilipo fika bila hata kujua lolote niliambiwa weka simu hapa vua mkanda na saa, toa pochi yako, vua viatu kisha nikawekwa mahabusu. Nilitaka kujua kosa langu lakini sikupewa nafasi ya aina yeyote mpaka kesho yake iliyo kuwa siku ya juma nne saa nne asubuhi. Baada ya kutolea mapokezi afande aliniambia wewe kijana msumbufu sana kwa mkeo kila kitu kwako imekuwa tatizo sasa mkeo ana hitaji talaka, nilimwambia afande nimpe talaka kwa kosa gani! mimi haja nikosea chochote mke wangu na ikiwa ndoa yetu tumefunga kidini basi nitampa talaka kidini na si kiserikali. Afande aliamlisha nipigwe maana nina kiburi nilipigwa sana siku ile hadi kushindwa kutembea. Walipo acha kunipiga nilicho fanya ni kuomba simu yangu ya mkononi kisha nikampigia mama mdogo na kumwambia mama nimekamatwa nipo kituo cha polisi maili moja! Mama aliuliza umempa taarifa mkeo nilimjibu hapana maana huyo huyo ndiye alie nishitaki mama alicheka akaniambia sawa mwanangu nakuja.

Yalipita masaa kama matatu mama alifika kituo cha polisi akiwa na barua ya dhamana aliongea na afande wa zamu kisha nikaachiwa huru akaniambia haya mwanangu twende nyumbani nikamwambia mama siwezi kutembea nimepigwa sana mama mdogo alitoa machozi ya huzuni kisha akaniambia pole mwanangu akanishika bega kisha nikaanza kijikokota na kuelekea nje ya kituo cha polisi tulipanda gari kisha tukaelekea nyumbani kwangu tulipo fika mama alihinjika maji motoni yalipo pata moto akamwambia Rehema aya nenda ukamkande mwenzio mwili Rehema alimjibu akisema wewe si mama yake unaweza mkanda mwenyewe! Mama alimuuliza Rehema hizo dharau na kiburi umeanza lini? Rehema alimjibu mama kamuulize mmeo, Nilikasirika sana kwa majibu yale aliyo kuwa akimjibu mama nilimshika mama mkono kisha nikamwambia Rehema huyu ni mama yangu hata iwe vipi inatakiwa umuheshimu ila kwa dharau hizo sasa tumefikia mwisho siwezi tena kuvumulia ujinga unao endelea.

Nilijitahidi kusimama kwa maumivu makali na kuelekea alipo kuwa Rehema mimi nilicho fanya ni kuchukua simu yake halafu nika mwambia sasa niguse uone upande wangu wa pili. Maana nilijua lazima simu yake itakuwa na siri ya kiburi chake. Niliingia chumbani kisha nika ifungua simu niliyo kutana nayo sio siri yaliniumiza sana na kujuta kwa nini nimezaliwa katika ukoo wangu heri hapa ningezaliwa familia ya kimasikini na niwe na furaha sio familia ya kitajiri na sina amani na familia yangu.

SEHEMU YA TISA

Simu ya Rehema ilinifanya nijutie kushika simu yake maana mambo niliyo kutana nayo yalinitoa machozi na uchungu ulizidi nitawala moyoni mwangu. Niligundua Rehema alikuwa na mahusiano ya kimapenzi na baba yangu mdogo na yule mtoto ni wa baba yangu mdogo niliumia sana maamuzi nilio fanya ni kuandika taraka kisha nika mpatia talaka yake na kumwambia ili sindio lilikuwa hitaji lako sasa talaka yako hii na mimi nitaondoka hapa leo nitakuachia nyumba na magari ya familia yangu baba mdogo atakuja kuchukua kwako. Maana baba anakuamini sana kuliko anavyo niamini mimi hata nafasi kwake wewe ni zaidi.

Rehema alinambia nipe simu yangu nilicho mjibu hakuweza nidai tena maana nilimjibu kwa hasira sana kusema sikupi na unipeleki popote mpumbavu wewe! Nika mwambia mama mdogo twende mama angu hapa si mahali salama tena mama hakuweza nielewa alitaka maelezo kama mzazi nilishindwa muambia lolote zaidi ya kutoa machozi maana maumivu yangu ni yake pia. Nilimwambi mama huyu mwanamke ni nyoka hafai mama yangu.

Tulipo toka nje mama hakuridhika na majibu yangu alitaka kujua zaidi kwa mara nyingine tena nilicho mwambia! Mama tutaongea nyumbani machozi yakinitoka, baada ya kufika nyumbani mama aliniuliza tena mwanangu umepatwa na nini mbona sikuelewi sikuweza mjibu mama lolote na kusema mama unaweza niitia Angel alikubali kisha akamtuma dada wa kazi kuelekea kwa kina Angel alimkuta na kuja nae nyumbani baada ya kufika mama alimwambia kila kitu Angel ndipo akaja mpaka katika chumba nilicho kuwepo na kunipa pole nilimwambia Angel naomba unisamehe kwa yote yaliyo tokea kati yetu na kututenganisha Angel ujinga wangu ndio chanzo cha mimi kukubali ndoa ile kiukweli Angel alikuwa mwanamke wa tofauti sana hakuweza nijibu lolote bali alielekea jikoni na kuchemsha maji kisha kupeleka bafuni na kuja mpaka chumbani kwangu na kunichukua na kuelekea bafuni Angel alinikanda bila kinyongo wala chuki baada ya kumaliza aliniambia nilikuwa nikikusubili wakati wote Prince wangu hakika sasa sito kubali utoweke mikononi mwangu tena nitakulinda kama mboni ya jicho langu na nitakuhifadhi moyoni mwangu kama chemchem ya upendo nakupenda na nitakupenda prince wangu.

Mimi sikuwa na majibu maana sikutegemea kama Angel angenipokea kwa upendo kiasi kile nilifurahi sana baada ya kuambiwa maneno mazuri na Angel. Kisha Angel akaniuliza niambie ulikuta nini kwenye simu ya Rehema sikuweza mficha Angel kitu nilicho fanya ni kumpa simu ya Rehema naye akasoma kisha akaniambia Prince hili ni tatizo tunawezaje kumwambia mama. Lakini pia Angel alisema kuna njia tutatumia subiri kisha Angel akamwita mama akamwambia mama naomba niondoke na prince nitamtunza mimi mpaka atakapo kuwa sawa ndipo yeye ata chagua arudi hapa nyumbani au tubaki pamoja na kuanza maisha. Mama mdogo alisema sawa nendeni ila kuweni makini sana na ningependa niwapeleke mimi hadi hapo mnapo elekea mimi sikuwa na neno maana Angel ndiye chaguo la moyo wangu.

Baba mdogo hakuwepo jijini Dar es salaam alikuwa ameelekea mwanza kikazi alipo ambiwa na mama kuwa Hashim ambaye ni mimi Prince nimeachana na Rehema baba alikata simu ya mama kisha akanipigia na kuniambia kwa amri nasema rudi kwa mkeo kisha alikata simu. Mimi niliendelea kukaa kwa Angel hadi nilipo pata nguvu ya kufanya kazi mama mdogo alikuwa akija mara kwa mara kutujulia hali, siku moja mama mdogo alipo kuja nilimwambia mama nahitaji kufunga ndoa na Angel japo wazazi wake hawapendi na hawahitaji swala hilo na ningependa iwe wiki hii kabla baba hajarudi na pia bibi asijue lolote kuhusu ndoa hii. Mama aliniuliza kwa nini unataka kufanya hivyo mwanangu nika mwambia utajua tu mama subiri usiwe na haraka, mama alikubari kisha alimtafuta mama yake Angel na kuongea naye mama yake Angel hakupinga kabisa na alikiwa tayari kwani mwanae alikuwa tayari kamueleza kwa kina zaidi.

Mama alinisadia sana wiki ile ile tulifanikiwa kulipa mahari kisha mimi na Angel tuka elekea kanisani kuandikisha ndoa na kuomba ifungwe mapema sana.

Hatukuweza kueleweka kutokana na sheria za kanisa zinahitaji matangazo ya ndoa yatangazwe mara matatu kanisani kisha ndoa itafuatwa lakini sisi haikuwa hivyo kwa upande wetu maana nilimweleza padre kwa kina zaidi na kwa nini tunahitaji ndoa iwe mapema tunashukuru tulifanikiwa siku ya jumamosi ya wiki ya kwanza ya mwezi wa tisa kufunga ndoa na kuanzia hapo Angel akawa mke wangu wa ndoa. Baba mdogo alipo toka safari alipo sikia kuwa nimeowa mwanamke mwingine anaitwa Angel hakutaka kuelewa kabisa, baba mdogo alimtuma mtu anitafute kisha niende nyumbani ana maongezi na mimi nilipo pata taarifa Angel aliniambia ni baba yako nenda ila akikuuliza kuhusu rehema mwambie na mama anajua kila kitu nilikubali wazo la Angel mke wangu kipenzi ninae mpenda kisha nikaelekea nyumbani kwa wazee nilipo fika nyumbani na mama alikuwa anatoka akaniambia na mimi naelekea nyumbani kwako mkeo kaniomba niende akinisisitiza nisichelewe. Hapo nilianza kupata picha na kusema simu nimeacha nyumbani yenye ushaidi tathibitisha vipi. Ilaniliona si mbaya niliingia ndani baba mdogo alinifuata kwa hasira hata nilipo msalimia hakuweza kuitika bali alisema usimwambie kitu chochote mama yako nilimjibu na kusema baba "mama anajua kila kitu hakuna jipya kwake" baba alishindwa kuendelea kuongea na mimi aliondoka na kuniacha sebuleni.

Angel nae baada ya kuonana na mama alimpatia ile simu na kumwambia mama ukweli na majibu ya maswali yako yapo humo ndani ya simu. Kisha akamwambia mama ukifika nyumbani kila utakacho ambiwa na baba hakita kuwa tofauti na yaliyomo ndani ya simu ya Rehema. Aliwasha simu na kuanza kupitia kila sehemu alijua kila kitu kwani alipita kila sehemu muhimu ya simu na kujua kila kitu alilia sana. Na kabla ajatoka nyumbani kwangu mimi nilifika na kumkuta mama akilia, alipo niona akaniambia mwanangu leo ndiyo nimejua kwanini ndoa yangu haipungui migogoro asante sana kwa kunipa ukweli wenye ushahidi laiti ningesikia kwa watu jambo hili na wewe unajua ningekulauu mwanangu ila sasa wewe umetumia akili kunieleza. Angel alinishangaza sana kwa maneno aliyo mwambia mama kabla ya kuondoka "mama ndoa yako umeitunza, kuilinda na kuijenga kwa zaidi ya miaka 20 nakusihi mama yangu kipenzi usiruhusu hipotee kwa siku moja, nenda ukaijende ndoa yako mama" mama alikosa la kujibu alimshika Angel na kumkumbatia na kumwambia asante mwanangu nimekusikia nitalifanyia kazi.

Mama Aliondoka na kuelekea nyumbani alipo fika na kumtazama baba mdogo uso wake ulikuwa umejaa mashaka, wasiwasi na aibu ikimtawala kwa mambo anayo fanya, Kabla baba mdogo kuulizwa yeye mwenyewe alianza kuomba msahama na kumweleza mama kila kitu kilicho kuwa kinaendelea kati yake na Rehema, Mama alikuwa na hasira sana na hakutaka kuendelea kumsikia baba nini anasema. Baba alijitahidi kwa kila njia kuomba msamaha lakini mama hakutaka muelewa kabisa. Mimi na mke wangu tukiwa nyumbani Angel aliniambia Prince hili sio swala dogo nasi twende huko huko kwa wazee tukamalize mambo yote na kila mmoja aongoe kinyongo upendo urejee katika familia tulitoka na kuelekea nyumbani tulipo fika tulikuta baba mdogo akimbembeleza mama mdogo lakini alipo tuona mimi na Angel sura yake alielekeza chini kwa aibu kisha ilisikika sauti ya mama mdogo hikisema kwanza omba radhi kwa watoto ndipo nitakusamehe na mimi, Baba alishindwa aanzie wapi na aishie wapi.

SEHEMU YA KUMI

Lakini kabla baba mdogo ya kusema neno lolote Angel alisema baba mimi na mume wangu tumekusamehe kutoka mioyoni mwetu, Wewe ni baba na utaendelea kuwa baba siku zote. Kisha na mimi nikasema neno kwa baba mdogo nilimwambia baba yote yamepita maana mimi niliye mpenda na kutaka kishi nae ni huyu Angel ambaye sasa ndio mke wangu halali.

Baba mdogo alisema hakika hii aibu niliitaka mwenyewe nilitumia akili ya kijinga kutaka kujenga furaha ya ndoa yangu kumbe najidanganya mke wangu nampenda sana na sasa tunazaidi ya miaka 20 kwenye ndoa na mama yenu lakini hatuja barikiwa kupata mtoto nanyi mnatambua hilo. Marafiki walinishauri hiki nacho jutia sasa mke wangu nisamehe sana nimekudharilisha sana mke wangu hata nilicho tegemea kupata baada ya kutoka nje ya ndoa bado nimekosa mke wangu nimegundua pia yule mtoto wa rehema niliye jua ni mtoto wangu na kumpa jina la nairath kumbe si mtoto wangu.

Tamaa imeniponza mke wangu na akili ya kushikiwa imeniangamiza mke wangu mimi ni mkesefu mbele zako. Mama alipiga magoti ya upendo na kumkumbatia baba mdogo kisha alitamka neno ambalo lilinipa furaha sana alisema "Nimekusamehe mume wangu kipenzi na kuongezea kwa kusema Angel mwanangu asante kwa hekima yako na maneno yako yenye nguvu ya unyenyekevu, nenda kajenge nyumba yako kwa hekima hiyo utabarikiwa mwanangu" moyo wangu uliingia na furaha sana maana familia itakuwa salama na yenye upendo pande zote malkia wa moyo wangu alizidi nipa nguvu kwa maneno yake yenye kujenga na sio kubomoa.

Angel alikuwa chanzo cha kujenga mlango ulio jawa na nyufa hadi kufikia kutaka kubomoka katika familia yetu alirudisha umoja na mshikamano wa familia kwa hekima yake. Kila napo mtazama Angel machoni mwangu kila wakati na muona kama mpya siishiwi hamu ya kumtazama wakati wote. Angel ni mwanamke mzuri sana mwenye Sura nzuri ya kuvutia, macho ya goroli, Sauti ya kumtoa nyoka pangoni, Uzuri wa umbo lake ni zaidi ya ua ridi lenye kuvutia na kutoa harufu nzuri ya manukato, mwendo wake wamaringo usio ninyima hamu ya kumtazama kila atembeapo.

Kila nilipo mtazama Angel machoni mwake sikuhitaji atikisike maana bali nilihitaji atulie kama maji ya mtungini maana hisia kali zilikuwa zikinituma na kuona kama nipo katika bahari kubwa ya mapenzi. Bahari isiyo na papa, nyangumi wala samaki yeyote mkali hata mpole nilitamani kila saa niwe nae, kila alipo ongea na angel nilikuwa makini kutazama mdomo wake kuanzia lipsi, meno na ulimi zake jinsi. Lipsi zake zinanipa hamu ya kumbusu kila wakati napo kuwa nae bila kuchoka, meno yake jinsi yaliyo jipanga ni kama taa ya kinywa changu japo si changu ni chake, meno yake ni masafi na yenye mng'ao wenye kuvutia sana na kwa jinsi yalivyo jipanga hakika sito banduka kwake asali wa moyo wangu, Ulimi wake ni hekima ya kila kitu chake maana maneno yanayo toka kinywani mwake unifanya nisiishiwe hamu ya kuyasikia.

Penzi lake kwangu aliniishi hamu kama jinsi maji yalivyo katika mwili wa mwanadamu. nisipo kunywa tayaoga, tafulia, taoshea vyombo na kupikia, tayanawa na kazi nyingine nyingi ndivyo jinsi nilivyo na hamu na Angel wangu Mke wangu kipenzi faraja na tulizo la akili na mwili wangu. Kupenda kwangu si kama upofu tu bali mapenzi yananituma kutenda kwa mapenzi. Kwa uzuri wa nywere zake nila napo zitazama hisia zangu unisogeza zaidi naye kuzishika kila napo hisi kumshika kumsuka kwangu si jambo la kushangaza au kumfumua nywere zake kwangu ni sehemu ya mapenzi na mahaba kwa ubani unipae harufu nzuri yenye thamani mwilini mwangu.

Mapenzi ya kweli kati yetu kwetu ni sehemu ya maisha yetu, Uaminifu na kusikilizana ndio ngao ya mafanikio yetu katika mapenzi. Umuhimu wa Angel kwangu ni mkubwa sana nimeridhia kuwaacha Baba na Mama yangu na kuambatana na Angel nasi kuwa mwili mmoja naye vivyo hivyo basi Prince ni mume na Angel Mke uaminifu wake kwangu umetufanya sasa tuishi pamoja milele adi kifo. Msiri wangu, mshauri wangu, mnadhili wangu, rafiki yangu, mrithi wa moyo wangu, mhabuba na laazizi wangu.

Angel ni wake wangu nimempenda mwenyewe nilimwaiidi mpenzi wangu kumpenda na nitampenda zaidi na zaidi na nita mtunza kama mboni ya jicho langu na nitamlinda kama moyo wangu. Maumivu yake ni yangu, furaha yake ni yangu pia kwa mapenzi yake kwangu adi ncha ya kucha yake nitaipa sifa zake.

Ata nikisema nitaje sifa za Angel siwezi maliza maana kabeba sifa zote za mwanamke anaefaa kuitwa mke mwema, Tabia yake inani nyima kuto sema nampenda sana Angel maisha yangu bila ya Angel ni sawa na hamna kitu. Furaha ya ndoa yangu ni zaidi mara mia elfu ya ndoa yangu ya mwanzo, Hakika mabinti wa dunia hii wakiwa na tabia kama ya Angel hakika hatuta kuwa na kelo iliyopo duniani. Miaka ya sasa ndoa imekuwa kama sehemu ya mapito tu Mtu anaona akifunga ndoa na watu kujua na kusherekea ndoa yake kwa furaha lakini baada ya miezi kadhaa wakiacha wengi wao tabia iyo kuiona kama fahari kumbe ni ujinga. Muda tulio baki nao wa kuishi duniani ni mchache sana hivyo ni vyema kutulia na yule umpendae. Wanaume tuwe na mapenzi ya kweli kwa wake zetu pia wake zetu wawe na mapenzi ya kweli kwa sisi waume zao.

Prince na Angel tulifanya tafulija ndogo ya kusherekea ndoa yetu kwa kualika ndugu na jamaa wazazi wa pande zote mbili hakika sherehe yetu. Kwani ilikuwa ni sehemu muhimu sana ya furaha yetu. Katika mapenzi kuna mambo mengi sana ila kubwa zaidi uaminifu katika mapenzi na kuchukuliana au kubeba madhaifu ya kila mmoja mke au mme. Nita mpenda na nitazidi kumpenda Angel siku zote za maisha yangu nimemchagua bila kushauliwa na mtu wala kuoneshwa na mtu bali ni kwa mapenzi yangu mwenyewe siwezi kuficha lolote bali nitazidi kusema nampenda sana Angel mnadhili wa ndoa yangu naamini kitakacho kitakacho tutenganish ni kifo tu na si mwanadamu mwenye mwili na nyama wala mzimu usio na mwili wala nyama nitampenda zaidi na zaidi kila nikifikilia nashindwa kuelewa ni zawadi ya aina gani nitampatia Angel kwa mambo yote aliyo nifanyanyia mimi na familia yangu. UPENDO ndio zawadi yangu kwako maana upendo hauna bei wala kiasi na una thamani kubwa isiyo semekana.

Kuwa na maisha ya dhiki sio sababu ya kuishi katika penzi lenye vidonda na kukonda kwa manyanyaso ya mapenzi. Nilipo shuka kiuchumi sikuamini kwamba naweza pendwa na mwanamke wa aina yeyote, tena nilikata tamaa mwenyewe bila kuambiwa na mtu nilijishusha thamani na kujion nanuka sifai hata kukaa mbele za watu kumbe sivyo nilivyo fikilia. Ukiwa na mwanamke mwenye penzi la kweli nawe kuwa mkweli kwake. Masikini hata akiwa katika hali mbaya namna gani ukiwa umempenda mpende kwa mapenzi yale yale na ikiwa unachukia umasikini na umempenda masikini mtafutie njia ya kumkwamua na kumtoa katika umasikini.

Manyanyaso na masimango si njia ya kuondoa umasikini. Uwezi ijua kesho yake itakuwaje toa ushilikiano wenye upendo kujenga upendo na maendeleo ya mausiano yako. Niliamini kuwa masikini ni sehemu yangu lakini hapana Angel alinibadirisha akili na uelewa wangu kwa kunipa mbinu nyingi na hasira ya kutafuta maisha. Kuna wakati vijana wengi tunapitia katika manyanyaso ya kimapenzi na kudharilika kisha hatuna pesa wala miundombinu ya kuingiza pesa, kuna wakati tunapoteza watu tunao wapenda kwa sababu ya pesa uwezo wa kumtunza au kumtimizia mpenzi wako mahitaji unakua mgumu sana adi tunakimbiwa. Kutengeneza miundombinu ya uingizaji pesa kwa umoja na upendo ni jambo zuri na lenye kudhihilisha mapenzi ya kweli maana kupendana wakati wa raha na shida ni moja kati ngao bora za upendo.

Maisha yangu yalikuwa ya hali ya chini sana tena yasiyo na thamani lakini tangu nilipo anza rasmi maisha na Angel bila daharau wala masengenyo nimetambua nguvu ya ushilikiano katika mapenzi. Hatujawai kuchoka kukaa chini na kujadili maendeleo ya maisha yetu na mapenzi yetu yamekuwa ya furaha sana.

Kila mwanadamu zipo njia nzuri au mbaya alizo au anazo pitia kwenye mapenzi wapo watu wanao pitia mapenzi matamu kama asali na wapo watu wanao pitia mambo mabaya tena hata yasiyo faa kabisa na wapo watu ambao upitia mambo mazuri wanzo na baada maumivu ya mapenzi uingia katika mausiano yaake. Marafiki wengi ni wanafiki katika mausiano ya rafiki yake mfano. Joel yupo kwenye mausiano na mpenzi wake jasmini kwa muda wa miaka mitatu lakini wanaishi kwa amani licha ya mipishano lakini hapo hapo frank kila mwezi ana badirisha wanawake eti kisa sio waaminifu na kumshauli joel asimpende Jasmini.

Kipindi wewe unapitia kwenye wakati mgumu wa mausiano yako kuna mwingine anapitia wakati mgumu sana katika mausiano yake. Nakumbuka siku moja nilikuwa ofisini kwangu alikuja kaka mmoja anayeitwa Jastini na kuegesha gari yake karibu na ofisi yangu kisha akasoge mpaka ofisini kwangu na kuniuliza mdogo wangu napatawapi huduma ya internet cafe nikamuelekeza kabla ajaelekea internet cafe aliniambia nimechoka naisi kama mbali je unaweza nisaidia kazi yangu nifanye kwa kutumia kompyuta yako nilimkubalia kisha akaanza kazi yake. Alipo kuwa akifanya kazi yake kama kawaida ya wanadamu tulikuwa tukizungumza kuhusu maisha Jastini aliniambia mdogo wangu maisha ni magumu sana, nilimkatalia kutokana na muonekano wake wa nje maana alikuwa anaonekana ni mtu mwenye nafasi nzuri kifedha. Jastini aliniambia mdogo wangu si kila anaye lalamika maisha maguni hana fedha bali kuna ugumu tofauti tofauti wa kila mwanadamu usituone tunatembelea magari mazuri ya kifahari lakini mioyoni tunatembea na mizigo tusiyo weka itua kwa ulaisi. Nilimuuliza kwanini kaka unasema hivyo niweke wazi na mimi nijifunze jinsi ya kuishi kwa amani na mafanikio kama wewe. Aliniambia kijana mimi sina shida na pesa ndogo ndogo lakini nina shida na familia yangu nina mke na watoto wa nne naishi maeneo ya tegeta lakini sina amani na nyumba yangu hata natamani ningekuwa kama wewe! Nilimwambia aaah kaka Mimi natamani kuwa kama wewe afu wewe tena unatamani kuwa kama mimi! Alinijibu ndio, sikuchoka nikamuuliza kwanini! Hapo ndipo alipo jibu aya - kuna siku moja ilikuwa jumpili nilikuwa nyumbani nikipumzika nilikwazana na mke wangu asubuhi na mapema kabisa. Tuligombezana kisha tukamaliza tofauti zetu kumbe mwenzangu bado kabeba uchungu moyoni mwake. Baada ya kupata kifungua kinywa mke wangu alianza maneno ya kero yenye kunichefua Sana nilivumilia lakini ilifika wakati uvumilivu ulinishinda nilimpiga mke wangu, lakini bado aikusaidia kabisa aliendelea zaidi na nilivyo mpiga ndio kama nilimchokoza ili nilazimu nitoke na kwenda mpaka nje ya nyumba yangu na kuelekea mpaka mbele ya fremu zilizo katika nyumba yangu, mke wangu alinifuata adi nilipo na kuendelea kunitukana na kudai nimemkimbia ndani sasa amenifuata maana siwezi kumkimbia. Mke wangu alinitukana sana mbele za watu nilivumilia pale kwakuwa ni mke wangu tu! Alipo ona simjibu kwa lolote ndipo alipo niambia mbele za watu kwa kupayuka unajifanya wanaume wakati hauna lolote ata hawa watoto si wako! Moyo wangu ulinipasuka na kubaki njia panda bila jibu lolote aliingia ndani kwa hasira mimi nilicho waza Je kweli watoto wangu wote wanne si wangu. Derick, Dickson, Dinnah na Diana kiukweli moyo na akili yangu vilikosa majibu.

Nilicho fanya ni kuwa kimya lakini baada ya siku tatu nilicho fanya ni kumchukua mwanangu mdogo Dickson kama ilivyo kuwa kawaida yangu nilikuwa nikitoka na wanangu mara kwa mara. Nilitoka nae mpaka Hospitali kisha nikafanya kipimo cha DNA kisha nilikaa siku kadhaa nikarudi hospitali nikiwa mwenyewe nilipo fika nikaonana na daktari majibu aliyo nipa kuwa Dicksoni si mwangu! Sikumuonesha daktari dalili zozote nilicho sema ni kwamba nilijua mtoto wa kaka yangu anaweza kuwa damu moja na mimi Daktari aliniambia hapa haiwezekani.

Nilipo rudi nyumbani nilimwita mke wangu ndani na kumuuliza kuwa maneno aliyo nitamkia jumapili iliyo pita niya kweli au si kweli mke wangu alinijibu kuwa ni hasira tu nisamehe mume wangu nilitoa msamaha lakini nafsi yangu aikuridhika kabisa nilikaa kama siku mbili nilitoka na kuelekea hospitali tofauti nilipo fika nilipo onana na daktari nilimwambia kuwa nataka kuowa binti mdogo naitaji kujua kama naweza kumpa mwanake mimba au sina uwezo wa kumpa mwananke mimba. Nilichukuliwa kipimo kisha nikaambiwa njoo kesho nilielekea kazini na kuelendelea na kazi zangu siku ilipita vizuri na kulivyo kucha kesho yake nilielekea hospitali kuchukua majibu baada ya kufika na kuonana na Daktari jibu alilo nipa kuwa siwezi kumpa mwanamke mimba na huwezi tatizo lako linaoneka ulipata toka ukiwa mtoto wewe huwezi pata mtoto kabisa maishani mwako.

Sikumficha nilimwambia mbona nina watoto Daktari alisema hapana hao si wako warete hapa niwafanyie vipimo lakini kwa majibu haya si wako. Sikuamini kilaisi nilipiga simu nyumbani na kumwambia mwanangu mkubwa anifuate ofisini kwangu na mimi nilielekea ofisini kwangu. Derick alipo fika ofisini niliongozana nae mpaka hospitali tulipo fika alichukuliwa kipimo cha DNA na majibu yalikuja si mwanangu niliumia sana na kuamini watoto wote si wangu kwa maumivu niliyo pata derick hisia zake zilimtuma kuna tatizo, Derick alihitaji kujua kinacho endelea kwakua alikuwa nikijana mwenye miaka 19 sikumficha nilimweleza tukiwa palepale hospitali kutokana na majibu ya kitaaramu. Tulipo fika nyumbani nilimweleza mke wangu ukweli alilia sana na kujutia na kusema alikuwa ananitafutia furaha ya nyumba na si vinginevyo na kuongezea kwakusema hata baba wa watoto hao hawajui kama walipo kutana alishika mimba na ilikuwa siri yake yeye pekee na kuniomba msamaha sikuweza msamehe tatizo lilikuwa kwa watoto awakutaka kuondoka na mama yao Derick aliniambia wewe ni baba yangu ata iweje au uwe vipi bado utakuwa baba yangu na sito ongoka nitakuwa na wewe wakati wote baba.

Si rahisi kumkubalia lakini vilio vya watoto viliugusa moyo wangu na kukosa nguvu ya kuwafukuza nyumbani nilicho fanya nilimwambia mke wangu mimi nitabaki na watoto lakini wewe kwanza uende kwa wazee. Mambo yalibadirika sana sura ya mke wangu ilibairika na kuwa kama msichana mdogo na mzuri sana kwa niliye muona kwa mara ya kwanza na kupmenda sana si siri sikuwa na njia nyingine zaidi ya kumsamehe, Nilimsamehe kwasababu ya mapenzi tena nikifikiri mimi sina mama wa baba sina kaka wala dada sina ndugu wa damu zaidi ya marafiki msiba moyoni mwangu ulikuwa na maumivu makubwa yasiyo na kipimo sina pa kukimbilia zaidi ya kwenda kwake mke wangu wa maisha nilimsamehe mke wangu na kukubali kuwalea wanae japo uchungu ulikuwa mkubwa sana moyoni mwangu. Mke wangu ndio mama na ndio baba kwangu kingine nampenda sana na simchoki sikuzote nikiwa nae hata nisipo kuwa nae.

Nilimpongeza sana maana akisema nilifikiri mara mbili lakini jibu ni msamaha ni jambo la hekima japo upole usizidi kiasi lakini moyoni mwangu na mimi prince niliumia sana maana Jastini ni mwanaume mwenzangu na maumivu yake ni yangu pia msamaha wake kwa mkewe kwangu niliona ni uamuzi wa hekima sana, Na siku zote nitawaombea Baraka katika maisha yao.

HITIMISHO

Penzi la kweli lililo na matunda ya upendo husitahimili mahali penye Amani, hekima, uvumulivu, upole kiasi na mapenzi ya kweli. Ukimpenda mwanamke au mwanaume ni vyema kuwa na mapenzi ya dhati kwake na kuonesha kumjali maana usipo mjali wewe mpenzi au mume wako nani hatakaye mjali. Uwapo kwenye mausiano yako kijana wa kiume shika majukumu yako kama mume mtarajiwa na si mpita njia vivyo hivyo na kwa kijana wakike. Ishi katika mausiano yako ukiwa unajua mausiano yako yanausiana na nini, Mwambie ukweli unae mpenda kujenga uaminifu na amani ya mausiano yako hakika huto jutia kuwa na unae mpenda na kila mmoja apende na kutenda kwa nafasi yake na kujua yeye ni nani kwa mwenzi wake maisha ya mahusiano na ndoa yatakuwa matamu kama asali.